[illegible] జరిగినవారికి [illegible] రాక్షసులు [illegible] వ్రాసిన సంస్కృత గ్రంథములు చాలా [illegible] భాగమునే తెలియచేయుచున్నవి [illegible] మొదలి [illegible] [illegible] ద్రావిడ [illegible]

నాగరికతాభివృద్ధినిబట్టి ద్రావిడులను రెండు భాగములుగా విభజింపవచ్చును: (1) మాంసభక్షకులు (రాక్షసులు) శాకభక్షకులు (వాలిసుగ్రీవాదులు) మాంసభక్షకులు రాక్షసులనియు శాకభక్షకులు వానరులనియు [illegible] పిలువబడిరి వానరులకు కిష్కింధాపట్టణమాయువుపట్టు, రాక్షసులకు లంకాపట్టణము గుండెకాయ. రాక్షసులు వివిధపక్వమాంసభక్షకులని గీర్వాణగ్రంథములు చాటుచున్నవి. సింహళద్వీపవర్తినీ పరిశోధనబుద్ధితో జరిపిన యెడల నచ్చటి యాదిమవాసులయందు యక్షులపక్వమాంస భక్షకులుగానున్నటు పొడకట్టును మలయాళప్రాంతమునయున్న నొకజాతి స్త్రీపురుషులందఱు [illegible] జేసికొనునలవాటు కలిగియుండు, నిది యొక కాలమున క్రిందనుండిన నరమాంస భక్షకచిహ్నమనియు నొకరు వాదించుచున్నారు. ఇది నిజమయినను గావచ్చును. ఇంతియేల? [illegible] నరమేధమను నొకవిధమగు యజమా[illegible] నేటికిని పసిఫిక్ మహాసముద్రమునందున్న ద్వీపులయందు నరమాం[illegible] భక్షకులున్నారు. సమస్త దేశములయందును నెప్పుడో యొకయప్పుడు నరమాం[illegible] భక్షకులుండిరి ఈరాక్షసులయందు నెక్కువ పరిజ్ఞానముకలవారు వీరశైవులుగ నుండిరి. ఇందుచేతనే పురాణములన్నియు సామాన్యముగా రాక్షసులను శైవులనుగా వర్ణించినవి. జాతివిరుద్ధముగా నెవ్వఁడో యొక్కఁడు విష్ణుభక్తుఁడుగ నుండెడివాఁడు ప్రహ్లాదునకింయు చేతనే యన్నిగ్రంథములు చాటెల్లినవి ఈద్రావిడ

---

* అంబరీషుఁడు రుచీకుని కుమారుఁడయిన శునశ్శేపుని లక్షగోవులనిచ్చి యజ్ఞపశువుగాఁ గైకొనియె. బాలకాండము భాస్కర రామాయణము.

2. సోమకుఁడు కుమారుని జంపి నరమేధమును జేసెను.

అరణ్యపర్వము తృతీయాంకము భారతము.

లేక పట్టణములందైనను, పల్లెలందైనను, పుటమొదట లేవు నేటికిని, చెదలు పురుగులకు నాశమైయుంటలె, నేచింతతో ప్రళయము వలనో, చెట్టుచెట్లులమధ్యనో, తాత్కాలిక కుటీరములయందు నివసించుచుండిరి వీరు వనాటులు. వీరు అందువలన చిట్టడవికైనను, కాసులు మాని కారడవికైనను, మూలముట్టుగ వీరికవసరము. అడవులయందున్న దొంగదారులను, సందులను, వీరు బాగుగా నెరుంగుదురు. అటవీరాజ్యమే వీరిరాజ్యము; అడవులుకూడ వీరి నామములచేతనె పిలువంబడుచుండునవి. అటువీరు నాగరికత మాత్యులు లేకపోవుటచేత రాక్షసులడవులు బాగుగ నెరింగిన ద్రావిడులకు చిలుక ధర్మపడుచుండువారు. రాక్షసులకు రాత్రులు బలమెక్కుడని చెప్పు పురాణముల వాక్యములకు కారణమిదియే. వీరికి వైవాహిక నిబంధనలేవియు, లేవని చెప్పవచ్చును. అన్న భార్యను తమ్ముడుంచుకొనుటయు, తమ్ముని భార్యను అన్న యుంచుకొనుటయు దోషము కావయ్యె. సోదరీ సంపర్కముకూడ హేయముగా దలంపబడినట్లు కన్పడుటలేదు. ఈజిప్టు దేశమునందు చిరకాలముక్రిందట రాజవంశమునకు సాంకర్యము కల్గునని చెప్పి యేకగర్భజాతులనే పెండ్లియాడుచుండిరి. బోర్నియో దేశమునందిప్పటికిని నేకగర్భజాతులు కాకపోయినప్పటికిని అక్కచెల్లెండ్ర బిడ్డలకును అన్నదమ్ముల బిడ్డలకును వివాహములు కలవు. రషియాదేశపు చక్రవర్తి కుటుంబమునందు విచిత్రమగు వ్యవహారములు జరుగుచుండెడివి. వర్తమానకాలమున మహమ్మదీయుల యందును, క్రైస్తవులయందును నిట్టి పెండ్లిండ్లు జరుగుచున్నవి. ఎక్కడికిపోవుటెల? మనకు నెవసును పుట్టింపు కొన్ని విధములకు పెండ్లిండ్లు శుద్ధద్రావిడదేశమయిన మలయాళమునందు (కేరళదేశము) నేటికిని నాచారమందున్నవి. ఈ ద్రావిడులు సర్వసాధారణముగ చెట్లును, పుట్టలు, రాయిని రప్పను వేయేల జంతుసామాన్యమును దేవతలగా దలంచి పూజించువారు. తెలుగు దేశము మొదలు కన్యాకుమారీ యగ్రము వరకుగల పల్లెలలోను, పట్టణములలోను, ఏ దేవతలను నేటికిని జూడనగును. కాలక్రమమున నిదారికప్పలు పోలేరమ్మ, అంకమ్మ, ముత్యాలమ్మ, పోతురాజు, మొదలగు గ్రామదేవతలుగా ద్రావిడ జన్మస్థానమయిన ద్రావిడదేశమును విపులముగా నేటికిని నిరంతరాయముగ వ్యాపించియున్నవి. క్రమక్రమముగా నియ్యవి తెలుగు దేశమున ప్రాబల్యమునందినవి, ఆంధ్రదేశమున జానపదులకు క్రీడలాడుచు గ్రామదేవతలు జేయుచు నేయున్నవి. ఇంతియ కాక నాగుల చవితినాడు పూజించెడు పిల్లలు పాలు పుట్టలలోనున్న పాములకు పాలు పోయుచుండుట మనము చూచుచు నేయున్నాము. నాగేంద్రస్వామియని పేరు చెప్పి

యువతీజనంబు తమతమ పిల్లలతోటను శక్తిపురస్సరంబుగా నొప్పించి సంతసించుచుం గాంచుచునేయుంటిమి. వేలయేండ్లు గడచినను నట్టివి తెలుంగుదేశమున మాత్రమా యకుండుటయే కాదు చిత్రముగ ప్రాచీనాచారములయందు హిందువులకున్న మూఢవిశ్వాసమే యిందులకుం గారణము.

ఆర్యులు.

దేశమిట్టిస్థితియందుండఁగా నుత్తరకురుభూములనుండి యార్యులు హిమాలయ పర్వతముకనుమలను దాటి హిందూదేశముపైఁబడి ద్రావిడులను దక్షిణాపథము నకుం దఱిమిరి. మొట్టమొదట సింధుపరీవాహకములగు సింధు గంగానదీ ప్రాంత భూముల నాక్రమించుకొనిరి. ఇప్పుడనే యార్యద్రావిడులకు భయానకయుద్ధములు సంభవించెను. కొన్నియెడలఁ దుములసమరములు, కొన్నియెడల తులారణములు గల్గి కొన్ని వందలయేండ్లవఱకు జయాపజయములు నిర్ణయింప వలనుపడవయ్యెను. క్రమక్రమముగా ద్రావిడులు వీఁగిరి. ఆర్యులు వీరలను దక్షిణదిక్కునకు నెట్టివేసిరి. ఈయుద్ధములనే పురాణములు దేవదానవయుద్ధములుగా వర్ణించినవి. తుట్టతుదకు ఆర్యద్రావిడ సామ్రాజ్యములకు వింధ్యపర్వతపంక్తి చెలియలికట్టయైనది. జాతివైషమ్యమప్పుడే యంకురించినది. నాఁటనుండియు వింధ్యపర్వత దక్షిణభూమి పాపభూమియనియు నుత్తరదేశము పుణ్యభూమి, దేవభూమి, నార్యావర్త మనియు సంస్కృతకవుల గ్రంథములయందు వానికెక్కెను. చిరకాలము వఱకు నార్యులు వింధ్యపర్వతపంక్తి నుత్తరించి దక్షిణాపథమునకు రాఁబ్రయత్నింపరైరి. వీరమాతృభాష గీర్వాణము. అందుచేతనే యాకాలమందు దేవభూమియందు వ్యవహరింపఁబడుచున్న గీర్వాణమునకు దేవభాషయను నామము కల్గినది. వింధ్యపర్వ తమునుత్తరించి ద్రావిడులకు సనాతనధర్మము బోధింప మొట్టమొదట వచ్చినది యగస్త్యుఁడు. దీనినాధారముఁజేసికొనియే పురాణములు సూర్యునకడ్డమయిన వింధ్యపర్వతమును నగస్త్యుఁడణఁగఁద్రొక్కెనను గాథను గల్పించినవి.

ఆర్యశబ్దమునకుం గృషీవలుఁడని కొందఱర్థముఁ జెప్పుచున్నారు. ఈయర్థ మెట్లున్నను హిందూదేశముఁ జొచ్చునప్పటికి నార్యసంఘము త్రివర్ణముగా విభజింపఁ బడి ధర్మబద్ధమైయుండెను. బ్రహ్మ క్షత్రియ వైశ్యులను మూఁడువర్ణములే నాఁడార్యసంఘమునందున్నవి. ద్రావిడులతో జరిగిన యుద్ధముల పిదప విజితుల యిన ద్రావిడులనందఱనుగలగూరగంపఁజేసి శూద్రులను నామకరణముతో నాల్గవ

వర్ణమని చెప్పిరి. ఇట్టి చేతనే యార్యులకు మాతృభాషయగు గీర్వాణమును నాల్గవ వర్ణమగు శూద్రులభ్యసింపగూడదనియు శాసింపబడెను. జాతివైషమ్యము హెచ్చు కొలదికొలది వీరికి మానవసామాన్యములగు స్వత్వములు నిషేధింపబడెను. వైశ్యులకు పాశుపాల్యము నియమితకర్మముగా నిర్ణయింపబడెను. ఈ పాశుపాల్యము నాగరికతాశ్రేణికయందు మొదటి మెట్టని మా యాశయము. కొన్ని మృగవేటనుండి కంటబడిన వన్యమృగముల మీదను నాకలముల మీదను, గాయగసరులమీదను నాధారపడక గోవులను పెంచి పాలరుచి యెఱుంగుటచే ద్రావిడులకన్న హెచ్చైన నాగరికత కలవారని భావించుచుంటిమి. ఈ తారతమ్యము మాత్రము స్వల్పము ఇయ్యది యంతయు ఏకను సొంతముగా జదివినవారికి బోధపడగలదు

సారవంతమై, ఫలభారనమ్రపాదపసమావృతమై, పుష్పలతాపరివృతమై నిర్మలోదకనదీసంసేవితమై, నందనోద్యానము పోలియున్న యీ హిమాచలదేశమార్యులకు మిక్కిలి యిట్టుగాల్పి, యాశాపదములంజేసి యింపి సెలవు తేర్పఱచి కొనుటకు బుద్ధి పుట్టించుచుండెను, నాటకయ్యది వారజన్మభూమియయ్యెను. వీరు సంస్కారర్థం మాంసభక్షకులుగా నుండుటయే కాక గోమాంసభక్షకులుగా గూడనుండిరి. ఇంతియకాక గోమేధము పుణ్యకార్యముగా గూడ భావింపబడెను నరమేధము కూడ నచ్చటచ్చట యవలంబింపబడుచుండెను. శ్రీ భవభూతిమహాకవి యుత్తరరామచరితలో వాల్మీకి కన్యవ్వ మెయిసంగు సందర్భమున జాగవినాల మై పరీక్షించినచో వసిష్ఠుండెట్టి తెఱపి పెయ్యను జంపించి చనినది తెలియగలదు. ఒక మహారాజు స్వ్యబ్రాహ్మణ సమారాధనకయి గోవులను జంపి యా చర్మములను మేటగా వైచిన నందుండి స్రవించిన ద్రవమే చర్మణ్వతీనదియయ్యెనన్న భారతకథ మనకన్నులం జెఱచి సత్యమును మోమో టము లేకుండ జూపింపగలదు. నేడు మాంసభక్షకుల యింటింట జుట్టములకు పెంచిన మేకనే రేకోడినో, యే వేటనో కోయుచుండు నట్లులే బ్రాహ్మణులు ధనయింటికి వచ్చినచో నా లేగన్యాను జంపవలెడుటయాచారము గానుండెను. ఏతత్కారణంబున నతిథి ,,గోఘ్నుడు'' అని బిరుదము గాంచెను. వలయునని యుంకను హెచ్చైన దాహారణములను జూపగలము.

శీతోష్ణవాతాతపములకును సస్యదుర్భిక్షలక్ష్మీ హేయముగ నున్నవివి ఫుష్పమునరకముల నుండి తప్పించుకొనుటకుగా సంతానలాభమునకై యొక ఋషి మఱి యొక ఋషిపత్నిని ,,బొడిగ'' యినలేఖుండగి నగ్రహించి పుత్రసంతానప్రాప్తియగు ఈ మరలసంపినయూటను ఆటపట్టించుచుండెను. ఒక స్త్రీ పలువురమగలను గైకొనుట కొని

యొకపురుషుఁడు పలువుర స్త్రీలను గైకొనుటకాని యేమియు కాదయ్యె. పంజాబు దేశమునందు కొన్ని తెగ హిందువులయందు నన్నదమ్ములందఱు నొక యుమ్మడి భార్యను సంపాదించుకొను నాచారము నేఁటికిని బ్రబలి నిరాటంకముగా సాఁగుచున్నది. ఎవ్వఁడైనను అతిగించి యీయాచారమునకు వ్యతిరేకించి పెండ్లాడినచోఁ దత్సంఘీయులు వానిని గొంచెము వానినిగాఁ జూచుచుందురఁట.

ఉత్తరకురుభూములనుండివచ్చిన యార్యులు తమ జన్మస్థానమును దేవలోకమనియు, త్రివిష్టపమనియుఁ దమగ్రంథములచేఁ జెప్పిరి. ఈ త్రివిష్టపమే "టిబెట్" అని యిప్పుడు పిలువఁబడుచున్నదని కొందరి చరిత్రకారుల యాశయము. "టిబెట్" పీఠభూమి, అనగా హిందూదేశపు మైదానమునకు సుమారు మూఁడుమైళ్ల యెత్తునను౦డును ఇంతయెత్తునుండుటచేతనే త్రివిష్టపమా ప్రదేశమంచున్నదని పౌరాణికులు చెప్పిరి. ఈచరిత్రకారులయభిప్రాయము నిజమనుటకుఁ గొన్ని బలవత్కారణములుగనపడుచున్నవి. మనహిందూదేశమునకును త్రివిష్టపమునకును యెంతదుర్గమమైనను వారి రొకటికలదని పురాణములు చదివినవారికెల్లరకుఁ దెలియఁగలదు. పురాణములేటికి దారులు కల్పించిననేమి? స్వర్గలోకమునఁ బూజ్యార్హుఁడును తేజోవంతుఁడును, ప్రజలునమ్మఁగలరాజు లేకపోవుటచే స్వర్గలోకవాసులు మనహిందూదేశమునకు వచ్చి, యసమాన ప్రజ్ఞాధనుఁడైన నహుషునిఁగొనిపోయి పట్టాభిషిక్తుం జేసిరి. కృష్ణుఁడు సత్యభామాసమేతుఁడయి, కల్పవృక్షమునకయి స్వర్గలోకముపయి దాడివెడలియుండెను. అర్జునుఁడు కూడఁ గారణాంతరములచే స్వర్గలోకమునకుఁ బోయెను. అనగాఁ "జనకతండ్రి" యింటికిఁబోయెను. అప్పుడర్జునుఁడు స్వర్గలోకమునఁ జూచిన యాచారవ్యవహారములకును, నేఁటి టిబెటులోని కొన్ని యాచారవ్యవహారములకును భేదమురవ్వంతయుఁ గానఁబడదు. స్వర్గలోకమున స్త్రీపురుషులకు వావివరుసలక్కఱలేదు. టిబెటునందునంతియే. స్వర్గలోకమున స్త్రీ పదిమంది పురుషులను గొలునమడివైచి, టేఁగురలగాయని తిరుగవచ్చును. టిబెటునందునంతియే. ఈయాచారమే టిబెటునుండి యార్యులమూలమునఁ బంజాబు దేశంబు, కాలిచప్పుడు కాకుండఁ బ్రవేశించినది. ద్రౌపదీదేవి వివాహము దీనిఫలమని మాయాశయము. దీనికిఁ బూర్వమున్నూడ నిట్టియుద్వాహములున్నవని పురాణములవలన మనకుఁ దెలియుచున్నది. గౌతముని కూఁతురగు జటిలయను బ్రాహ్మణకన్య యేడ్వురని వార్క్షియను ఋషికన్య పదిమందిని పెండ్లాడుటవలనఁ దనివిఁజెంద లేదఁట. ఇట్టివివాహములింకను బంజాబుదేశమునందున జరుగుచునే యున్నవి. స్వర్గలోకమునవల గ్నిలో

స్వాభిచరించుటలోపముగాఁ బరిగణింపఁబడదు. టిబెటునందు నేఁటికి భార్యను స్వభిచారమునకయి సమర్పించు నాచారము గొన్నిచోటులనింకను బ్రవర్తిల్లుచున్నది. ఈకారణములచే "టిబెట్" త్రివిష్టపమగునేమో యని భావింపననువగుచున్నది. పూర్వోదాహృతపరిస్థితులన్నియు నాఁడు నాగరికత శైశవావస్థయందున్నదని ఋజువుచేయుచున్నవని నమ్మెదము. వీనినిదెలకింపనార్యద్రావిడ నాగరికతా తారతమ్య మిసుమంతయని తోఁపకమానదు.

రామాయణకథాకాల హిందూదేశము.

ద్రావిడులు (వానరులు.)

రామాయణ కథాకాలమునాఁడు ద్రావిడదేశము (అనఁగా వింధ్యపర్వత దక్షిణదేశము) సాంద్రారణ్యములతోఁ గీచుమనుచున్నది. ద్రావిడులు చెట్లాకులఁ, నారలఁ, బట్టియుండికి మానరక్షణకై వస్త్రధారణముఁ జేయుచుండిరి. నేఁటి తెలుఁగుదేశము దండకారణ్యము గానుండెను. పంచవటి, జనస్థానము మొదలగు పల్లెలుదక్క నీయరణ్యము నిర్మానుష్యము కాకపోయినను నిర్జనమని చెప్పవచ్చును కాని కొన్నికొన్ని భాగములు రాక్షసుల యేల్పడిఁబడియున్నవి. బళ్ళారిప్రాంతము జనాకీర్ణమై యుండెను. ఇదియే రామాయణమునందు సుప్రసిద్ధమగు కిష్కింధాపురసీమ. రావణాపహృతభార్యుఁడై శ్రీరామచంద్రుఁడు వర్షాకాలంబున సీతావియోగ దుఃఖముచేఁ గృశించి, కృశించి, కాపురముచేసిన మాల్యవంతమిదియే యని తన్నిమవాసులు చూపించుచుందురు. ద్రావిడజాత్యంతర్భాగమగు వానరలోకమునకు నిదియే మునికిపట్టు; ఇతనుమున్న సుప్రసిద్ధవానరులుకాని, వానరనగరములు కాని యున్నజాడ పొడగట్టవు ఇప్పుడిప్పుడే వానరులావిలికవశమువీడి నాగరికులగుచున్నారు. అనఁగా నడవులలోను, కొండలమీఁదను, తోఁపులలోను దలదాచుకొనుటమాని పట్టణంబులఁ గట్టుకొని యందు వాసముఁ జేయుటకుఁ బ్రారంభించిరి. ఇందుచేతనే యొక్క కిష్కింధాపట్టణముదక్క వానరులఁ బట్టణములు లేవు రామాయణకాలమున వాలి వానరసార్వభౌముఁడై యిచ్చట సామ్రాజ్యముగ రాజ్యమేలుచుండెను పరిసర దుర్గమ గహ్వరములు, నరణ్యములు, చిన్నచిన్న పల్లెలతో నిండియుండెను ఇయ్యవి యొక్కొక్క దండనాథుని యాధిపత్యములోనుండెడివి. జాంబవ త్సుషేణ, నల, నీల, మైంద, ద్వివిదాదు లీపల్లెలకురాజులు, వాలిసార్వభౌముని సరదార్లు ద్రావిడ యోధులకెల్లను కిష్కింధాపట్టణము గుండియ. వీరికింకను నార్యసంపర్కము

కలుగ లేదు. కాని యీ యక్షులు (అనఁగా ఋషులు) దండకారణ్యముఁ బ్రవేశించి యున్నటున్నట్లు పరాలం గట్టికొనిరి. ఈజాతిద్వయమున కింకను బరిచయము కలుగ లేదు. దేశద్రిమ్మరులైన హనుమంతునివంటివారొండ్రువే యీపాటి పల్లెలను జూచి యుండెను. రామాయణమునందలి హనుమంతుఁడు నాల్గునాళ్ళపట్టపనిలుగ ఋషుల సాహచర్యమనుభవించెనని తెలియఁగలము. ఈసాహచర్యమే వీనినొంటఁదీసి రామునికి దాసానుదాసునిగఁ జేసినది. కాని యీయార్యుల యాచారవ్యవహారములింకను వానరులతలకెక్కలేదు. ఇందుచేతనే వానరులకుఁ గల్లు ద్రాగుట మొదలగు నార్యుల సుగుణాలు పట్టవడలేదు. యజ్ఞయాగాదులు వీరెఱుంగరు, బలులు వీరెఱుంగరు, మాంసభక్షణంబు వీరెఱుఁగరు.. క్షేత్రయాత్రలనిచెప్పి దేశము సంక్షోభింపఁ జేయుట వీరెఱుఁగరు. ఏపుట తేనెయో ద్రావుచు, నేమావిపండో కడుపారఁ దినుచుఁ గాలక్షేపముఁ జేయుచుండిరి. భార్యలు తామమారగుదన్నను పెండ్లిండ్లు గోత్రవంతుల కట్టుదిట్టములకు లోఁబడినవి. గృహచ్ఛిద్రములకుఁ జిక్కి వాలి సుగ్రీవుని యిలువెడలఁదరిమి యాతని భార్యతారను గ్రహించెను. ఇటులే వాలినధానంతరము సద్భార్యయగు తారను సుగ్రీవుఁడు కైకొనియెను. గృహస్థాశ్రమ మర్యాదసతమను నభిప్రాయ మప్పటికిలేదు. ఆర్యులంబోలి వీరికిఁ బున్నామ నరకము లేదు. ఇందుచేతనే హనుమంతుఁడు బ్రహ్మచారిగానుండెను.

వానరులు అనఁగా వికృతనరులు, అనగా సౌందర్యవిహీనులు ఇట్టిజాతులింకను సిలగిరి మొదలగు కొండలమీఁదను, నరణ్యములయందునున్నారు. *సవర (శబర)లయందుఁ "ఆరిసి" యను జాతి యొకటియున్నది. ఆరిసి యనఁగా కోఁతి యనునర్థము. యీజాతినేఁ "లంబోలంజ్" అని కూడ పిలుచుచుందురు అనఁగా దీర్ఘవాలముకలవారని అర్థము. దీర్ఘకౌపీనము పెట్టుకొనుటచే దీర్ఘవాలము కలవారని పిలువఁబడుచుండిరి. ఇంతియేకాని తోకలున్నవని తలఁపము. రామాయణమున రుమతారలను వరించునప్పుడు వాల్మీకి తోకలున్నట్లు చెప్పలేదు. హిమాలయసాగరాంతారణ్యములోఁ గూర్చుండి రామాయణము వ్రాయఁబూనిన వాల్మీకి వానరులు కోఁతులవలెనుందురనివిని, తత్కారణంబున తోకలుకూడనుండుననిభ్రమపడియున్నట్టు వీలయినప్పుడెల్ల వానరులకుఁ దోకలు తగిలించినాఁడని తలంతుము. జాంబవంతుని కూతురగు జాంబవతిని కృష్ణుఁడు పెండ్లాడెను. భాగవతకారకుఁడు జాంబవతికిఁ గూడఁ దోకతగిలించకపోవుటయే కాక మానవస్త్రీని వరించునటుల

* గంజాము, విశాఖపట్టణము జిల్లాలయందున్నారు.

వరించెను. పసిపాపయగు జాంబవతి యుయ్యాలతొట్టెలో శ్యమంతకమణి కట్టుట మానవస్వభావమునే తెల్పుచున్నయది. శీతవాతాతపబాధల మాన్పుకొను వెలివెలుఁగక రొంటికు నెందుచు వాటుఁబడియున్న విశ్వరూపములలవము టస్వాభావికము కాదు. నరులకు వానరులకు వివాహము జరుగుచున్న యెడల వీరికిఁ దోకలెట్లు వచ్చును? మగకోతులకుఁ దోకలుండుటయు, నాడకోతులకుఁ దోకలు లేకపోవుట యేఁ ఘటిల్లించెనందురా? వాలిడికోతులను జూచితిమి. కాని యాఁడ మగ కోతులకుఁ దోకలుండవు. కొన వానరులకు వాలములుఁగలవను పలుకులను మేము విశ్వసింపఁ జాలము. నిజముగ నీవానరులు పశుగము లేయగు నెడల మనుష్యులకును, వీరికిని వైవాహిక సంబంధమెట్లుకలుగును? సంతానమెట్లు సంభవించును? సుగ్రీవుఁడన్నపైనున్న కసితీర్చుకొనుటకై యుచితానుచితములు మరచి శ్రీరామునకుఁ జెలిమి కోఁడై హనుమదాదులతోడ్పాటుచే రావణుని జంపించి లంకారాజ్యము రామునకు గైవసముంజేసెను. "జ్ఞాతిశ్ఛేదన లేనకిమ్మ"ను నార్యోక్తి వీరియెడ మఱువఁదగదు. ఆర్యుఁడగు శ్రీరామచంద్రునకు సాయపడుటచే గ్రంథములార్యకవులు వ్రాయుటచే వీరు దేవాంశసంభూతులైరి. బ్రహ్మకూడ నరుఁడుగాఁబుట్టక వానరుఁడుగా నేల పుట్టవలయునో? సృష్టికోపముతాకుననియా? లేక బుద్ధిజాడ్యమా?

రాక్షసులు.

బల్యానికి మిగుల దిగువనున్న దక్షిణాపథమందలియు మాంసభక్షకులగు ద్రావిడుల (అనఁగా రాక్షసులు) స్వాధీనమందున్నది. కిష్కింధాపురమునుండి లంకావిజయయాత్రకై శ్రీరాముండు బయలుదేరినపిదప నెచ్చటను మున్యాశ్రమములలో చనగోచరముకాలేదు. ఇందుచేఁ గిష్కింధకుఁ దిగువనున్న యరణ్యములను ఋషులు (అనఁగా) ఆర్యులు చొరనటు స్పష్టమగుచున్నది. వానర రాక్షసులకుఁగూడ సంఘర్షణమత్యల్పము; సర్వప్రపంచవిజిగీషాపరవశుఁడైన రావణునకు నేవాలిచేతనోపరాభవమగుటపక్క పరస్పర వైషమ్యము లేదనియే చెప్పనచ్చును. వీరు సర్వసాధారణముగా వీరశైవులు. రామాయణ కథాకాలమునకుఁ బూర్వము వీరార్యులచే సంపూర్ణ పరాజితులగుటంజేసి ముఖాముఖియుద్ధమునకుఁ దొడరక కపటముగా యుద్ధమునకుఁ బొచ్చిరి. పురాణములయందుఁ జెప్పినట్లువీరు దేవతాస్త్రీలను, రాచకన్యలను బలాత్కారముగను, మాయవేషములతోడను మోసగించి యెత్తుకొనిపోవుట చెప్పఁగుదుము. ఈగతి పగతురకు మనోవైక్లబ్య మాపాదించుచుండిరి. వీరి వివాహము

లన్నియును బలాత్కారవివాహములుగ నేయుచున్నవి. అందుచేతనే బలాత్కారవివాహములు రాక్షసవివాహములని పేర్కొనఁబడుచున్నవి. శూరాగ్రణులయిన వీరు దస్యులనంబడిరి. ఎవరైనంజాలి యార్యులతోఁబోరి గెలువఁజాలక, పైఁబడి గందరగోళముఁజేసి యార్యకులపతిజనంబును హరించుకొనిపోవుచుండిరి. వేదములయందున్న దైవప్రార్థనలలోఁజాలవఱకు నార్యులను దస్యులనుండి కాపాడు నిమిత్తమేర్పడినవి. వీరికి వైవాహికములున్నను, వీరియందు స్వైరవిహారధీరలు చాల మందికలరు. అజవక్త్రియను రాక్షసికి వ్యభిచారమే యొకనోముగానుండెనట. జరభీ సంతానము నింద్యముగాఁబరిగణింపఁబడినదికాదు. ఈకాలమున పరాజితుల భార్యలతోఁగూడ నిష్టువునంతయు స్వాధీనపఱచుకొనుట యాచారమై, ధర్మవిరుద్ధము కాదయ్యె. ఈయాచారము వానరులయందుఁగూడ నున్నయది. ఇందువల్లనే వాలి భార్య తారను సుగ్రీవుఁడుంచుకొనుట తటస్థించినది.

రాక్షసులలోఁగాని, వానరులలోఁగాని యార్యులలోఁగాని షోడశవర్షాత్పూర్వము కన్యావివాహములు దలపెట్టుట యొఱుంగము. వినను లేదు. కనను లేదు. ఇట్టియధర్మవివాహముల నాక్షేపించు మునిరూపశార్దూలురును లేరు. రామాయణ కాలమున నార్యులయందు దోషములుగాఁ బరిగణింపఁబడుచున్న యాచారములు వీరిచే హేయములుగా నెంచబడక యనుష్ఠింపఁబడుచున్నవి. వీరు మాంసభక్షకులు, సురాపానప్రియులు. కాని సురసేవ్యమానమగుటచే సురయయ్యెనేమో యూహింపఁదగియున్నది. రాక్షసులకు మానవులకు నిరాటంకముగా నుద్వాహములు జరిగియుండుటచేతను, నరమాంసభక్షకులని చెప్పఁజాలము. పైపెచ్చు రామాయణము రావణుని నరమాంసభక్షకునిగాఁ జెప్పియుండలేదు. ఆర్యులకుఁ బ్రత్యర్థులగుటంజేసి గీర్వాణకవులు వీరియెడ మాత్సర్యజనిత భావములను గుప్పియుందురు. ఇం ద్రప్లాదునివంటి భక్తుఁడు బలివంటిచదాన్యుఁడు వృత్రునింబోలు తత్వవేత్త హిపిలు ణ్యాక్షునివంటి రణనీతిబద్ధుఁడు, రావణునివంటి యంతర్వాణి యార్యులయందు [illegible] మెందరున్నారో వ్రేలుమడఁచి లెక్కించినఁ దెలియఁగలదు. రాజ్యస్థితిచే సహిమా గర్భస్థపిండముల ఖండించిన క్రూరుఁడు, సోదరుఁడగు విశ్వరూపుని తలఁ నరిమిన నిర్ఘృణుఁడు, పూజ్యయగు మునిపత్నిని మోసగించి వ్యభిచరించిన నీచుఁడు, చేసిన నిశ్రమ మఱచి ప్రాణదాతతో డీకొనిన కృతఘ్నుఁడు నయిన యింద్రుఁడు త్రైలో ంతము రకుఁడు పాలకుండఁట బలిహంతవ్యుఁడఁట! ఇయ్యది సంస్కృత కవీంద్ర లేఖినీ మాహా సనటుల మూకాదా?

మా రామాయణకాలమున రావణాసురుఁడు వీరి రాజేంద్రుఁడు వీనికి లంకాపట్టణము నుండియు త్రిశిరుఁడు మొదలగు వారలు ప్రతినిధులై దక్షిణాపథమును నేలుచుండిరి. దక్షిణాపథమునను న్న యరణ్యసీమ శూర్పణఖ కరణముగా నిచ్చిన యుద్యానవాటిక. తిరుచునాపల్లి యియ్యది నిజమని సాక్ష్యమిడుచున్నది. ఈత్రిశిరుని ద్రావిడ నామము తిరుసీరు; ఈతిరుసీరునే త్రిశిరునిగాఁ జేసి సంస్కృత కవులు మనకు వీనిని మూఁడుతలలవానిగాఁ జూపించిరి. ఇట్టులే దశశాస్త్రనిపాతుఁడయిన దశవదనుని బదితలల రావణాసురునిగాఁ జేసియుండిరి. ద్రావిడ శబ్దములను జెక్కించిని సంస్కృత శబ్దములుగాఁ జేసియుండిరనుటకుఁ బెక్కుదాహరణములను జూపఁగలము దీనింగూర్చి వేఱుగ్రంథమునఁ జర్చింపఁదలంచి యిటవిడుచుచున్నారము.

రామాయణకాలమునాఁటికి నార్యసంఘమునందుఁ బెక్కుమార్పులు గలిగెను. గోమాంసభక్షణము త్యజింపఁబడుటయే కాక దూష్యమనికూడ భావింపఁబడఁ జొచ్చెను కాని మాంసభక్షణంబన్నికులములయందు దినదినాభివృద్ధిఁ గాంచుచునే యుండెను. "మధు సేవఁజేయఁడు, మాంసంబు ముట్టఁడు" అను రామాయణవాక్యము దీనికి సాక్షీభూతమగుచున్నది. కల్మాషపాదునియింట బ్రాహ్మణుండొక్కఁడు మాంసభక్షణముఁ జేసెనన్న భాగవతికథ దీనినిబలపఱచుచున్నది ఇంతయేల!" కం॥ "పితృకార్యయజ్ఞముఖముల శ్రుతిచోదితహింస కీడుచొరనేరదు" అను భారతనీతి యొకట్టియే మావాక్యములను స్థిరపఱచును సోమపానంబనుమిషచేఁ గల్లుఁద్రావుట పవిత్రకార్యముగ సేయున్నది సోమలతారసమయినను, ద్రాక్షారసమయినను, ద్రాటిరసమయినను, మద్యములే యగుటంజేసి మాయభిప్రాయమునఁ దుల్యములే. ఏతత్పూర్వము బహుళవ్యాప్తిలోనున్న నియోగము గర్హ్యమై, నామమాత్రావశిష్టముగానున్నది జీర్ణావస్థలోనున్న యీనియోగము నవ్యాసభట్టారకుండు పునరుద్ధరించెను. ఈనిజాన్మత్రభేదముతో నీనియోగము నేఁటికిని నోస్త్రులయందున్నది. వేదకాలమునుండి యున్నయనులోమ, విలోమవివాహములు నశాయస్థ్యై రేకకులములని వివాహములు సంభవించుచుండెను. యయాతి దేవయానులయాచారమును దిరస్కరించి పెండ్లిఁజేసికొనిరి. వారిసంతానము దూష్యముకాలేదు బహుపతిత్వము హేయముగాఁబరిగణింపఁబడుటఁజేసి కొనలములాడఁజొచ్చెను. "వ్యాసోనారాయణో, హరి" కురుకాకటాక్షమునఁ బాండవులు ప్రాపడినయీయాచారమునకు జీవముఁబోసిరి. బహుపత్నీత్వముతప్పను నశ్రీనాయమునుప్పధప్పడై పొఁగులెత్తసాఁగినది. ఇలను చెతనే రామా

యుణమునందు రాముని యేకపత్నీత్వమునకు ననుపమమయినంత ప్రాముఖ్యత ఇయ్యఁబడినది. తుదకీయేకపత్నీత్వమే రాముని నవతారపురుషునిగాఁ జేసి వైచినది. వైవాహికశాస్త్రములు స్థానమలంకరించినవి. కాని యనులోమవివాహములు నిరాఘాటముగా జరుగుచునే యున్నవి; ఎక్కడ వసిష్ఠుని వంశమును దీసికొని విచారించిన యెడల సత్యము బోధపడఁగలదు. వసిష్ఠుఁడు బ్రాహ్మణుఁడు; భార్య యరుంధతి మాల; కుమారుఁడు శక్తిమహాముని, తద్భార్య పుంగనూరు మాదిగ; శక్తిమహాముని కుమారుఁడు పరాశరుఁడు, భార్య బోయ; చాల బ్రాహ్మణ కుటుంబము లిట్టులున్నట్టే పొడఁగట్టుచున్నవి. కాని నేఁటి బ్రాహ్మణులు బ్రహ్మముఖమునుండి యూడిపడితిమనుచున్నారు. వంశవృక్షమును బరిశీలించినయెడల నెక్కడనుండి యూడిపడినది తెలియఁగలదు. సాంఘిక దౌర్జన్యము మతము నొక మూలకుఁ బారఁద్రోలుటచే నాముష్మిక చింత రెండవదియైనదని చెప్ప సాహసించుచున్నాము. వారి పేరున, వీరి పేరున, దొంగస్మృతులు వ్రాయుటప్పుడే యారంభమైనది. ఈ వ్రాఁతలకు ఫలముగా శ్రీరామచంద్రుఁడు "కృశాంగుఁ, నిరాహారుఁ శోణజటాచ్ఛటాధరు మహోగ్రాచారు నేకాగ్రతాపారీణాత్మ నధోముఖుఁ ధనితశుంభత్పాదురశ్రీనిధుఁ, ధీరత్వాకరు, జీరధారు, దీప్యత్తపస్స్వాన్వితుఁ" అయిన శంబుకుని శూద్రుఁడని యనుకంపాశూన్యుఁడై, కత్తికి బలియిచ్చెను. నేఁటివలె వరుఁడు వధువునకన్నను పెద్దవాఁడుగానుండవలయునను నియమము లేదు; శ్రీరామచంద్రుఁడు సీతామహాదేవికన్నను జిన్నవాఁడు, "పదియేనేఁడుల బాలుఁడు" "కాకపక్షసంయుతుఁడు" అగు రాముఁడు తరుణవయస్క యగు సీతను బెండ్లియాడెను. పంజాబు క్షత్రియులయందు మ్మలక్క లిట్టి పెండ్లిండ్లు నబ్బురుపాటుకఁ జెప్పికొనరు ఇట్టి వివాహమెక్కటి పేమెయాం గుడుము

ఈకాలంబున నార్యులు రాజకీయవిషయంబులం దపారవైదగ్ధ్యంబును, గౌశల్యంబును గడించిరి. సమ్రాట్తత్త్వము నాసనుబడెను. తంత్రము విస్తరించెను; కౌటిల్యము ప్రకటించినట్టియైన నభివృద్ధులఁ బొందుటకు పెనుదీయరైరి. ఋషులకుఁగూడ రాజ్యరక్షణము పరమావధియయ్యెను. ప్రత్యేకవ్యక్తి నెన్నించి యంతయును రాజునందు మూర్తీభవించెను. రాజు "నావిష్ణుః పృథివీపతి" యయ్యెను. పొట్టకూటికై యార్యులు దేశభ్రమణంబుమాని పల్లెలఁగట్టుకొనిరి. పల్లెలెల్లను పట్టణంబులుగా మారెను. భిన్నరాష్ట్రము లేర్పఱచికొని రాజులు ప్రజానురంజకముగా నేలుచుండిరి. భూమి నదీ

మాతృకయగుటఁజేసి. "అకృష్టపచ్యా ఇవసస్యసంపద" ప్రజలను సంతృప్తులను జేయుచుండెను. జారచోరభీతి లేక రాష్ట్రములు సర్వకల్యాణము, పచ్చతోరణములుగఁ జెలగుచుండెను.

సూర్యవంశ మహారాజ్యులయందు మిగుల మన్నింపఁబడుచుండెను. సూర్యవంశ్యులకు సాకేతంబు (అయోధ్య) రాజధాని; ఉత్తరహిందూస్థానమిట్టి స్థితియందుండఁ శ్రీరామభద్రుఁడు సాకేతపుర సింహాసనాసీనుఁడయ్యెను. ప్రాచీనకాలంబున రాజులు దేవునిచే మర్త్యప్రపంచంబునకుఁ బంపఁబడువారని విశ్వాసముగ నుండెను. ఇందుచే రాజ్యతంత్రమునందు మతసంబంధకులను నపరిమితాధికారము చేకూరెను. దీని ఫలముగా వైదికులు మంత్రులైరి. ఇయ్యది యీ రీతి పాశ్చాత్య చరిత్రములయందును నిస్సంశయముగాఁ జూడనగును. రోమక సామ్రాజ్యమున "పోపు"నకున్న సర్వాధికారము విస్మయజనకము; చిరకాలముక్రిందట "ఇంగ్లీషు" రాజ్యమున మతసంబంధకుఁడయిన "ఛాన్సలరు" ముఖ్యమంత్రియగుటయే గాక యపరిమితాధికారము చెల్లించుకొనెను. ఈవిధముగ శ్రీరామచంద్రునికి మతగురువగు వశిష్ఠులు మంత్రులైరి. గురువెట్టివాఁడయినను గురుతిరస్కారము శిష్యధర్మము కాదని దశరథుఁడు శ్రీరామచంద్రుఁడు వశిష్ఠుని చేతిలోఁ గీలుబొమ్మ యయ్యెనని చెప్పసాహసించుచున్నాము. క్షత్రియపక్షము బలహీనమయినకొలఁది బ్రాహ్మణులు భూదేవులయిరి. ఆర్యజాతివిజ్ఞానమునందు నీకాలము కృతయుగమని మాయభిప్రాయము. ఈవిధముమున మేము పూర్వమహాపురుషులనుండి భిన్నులమైతిమని యెంచుచున్నాము. ఇప్పటినుండి యార్యజాతి పతనమారంభించి భారతయుద్ధమున ముగిసెను. ఇందుకు మనము జాగరూకులమై యార్యులచరిత్ర పరిశోధనబుద్ధితోఁ జదివినచో, జాతియొక్క క్రమక్రమాభివృద్ధి (evolution) స్పష్టపడును. ఒకకాలమున వివాహము లేకుండ * స్త్రీసంపర్కము హేయముగాకుండెను. ఇట్టిది దోషదూషితముగానుండుటను గాను నరుంధతికమైన గాంధర్వవివాహమును వారంగీకరించిరి. నేటికిని దక్షిణాపథమునందలి యడవిజాతులయందున్న వివాహములలోఁ జెక్కలు గాంధర్వవివాహములే. ఒకకాలమున సంతానప్రాప్తికై పరభార్యనిచ్చుకొనుట హేయము గాకుండెను, వేఱొకకాలమున బహుపత్నీత్వము నింద్యముగాకుండెను. కొండొక కాలమున బహుభర్తృత్వము గర్హ్యముగాకుండెను. కాని విజ్ఞానము వివేకము హెచ్చుచున్నకొలఁది యీయాచారములన్నియు నశించినవి. ఇది మనము మఱచిపోరాదు.

---

* సత్యవతి మొదలగువారు

ద్రావిడులు వానరులు రాక్షసులనుమాటయు నార్యులు దేవాంశసంభూతులను మాటయు నిట్టివే యనునభిప్రాయమిప్పుడే మోసులెత్తెను.

ఇదానీంతనము. (రామాయణకాలానంతరము)

రామరావణ సంగ్రామము హనుమదాదులు సాకేతపురంబును బ్రవేశించుటం జేసి దక్షిణోత్తర హిందూస్థానములకు రాకపోకలు అధికమై యార్యసంపర్కము వృద్ధియయ్యెను. వానరులు జన్మభూమిని విడచి సాకేతపురంబుం జేరి ఋషులపాదములు పట్టియా శాస్త్రవిద్యలందుం బాండిత్యము సంపాదించిరి. దక్షిణాపథము మ్లేచ్ఛభూమి యనుమాట మఱచి ఋషులచ్చటకు రా మొదలుపెట్టిరి. ద్రావిడులలోఁ గొంచెము గొప్పవారు, జ్ఞానము కలవారు ఋషుల పరిచయముం గల్గించుకొని వారి యాచార వ్యవహారములను ఋషులవలెం బాటించుచుం దమహీనస్థితిని దొప్పుకొనుచుం దదాచారములను స్వీకరింప మొదలిడిరి. ఇటు మొట్టమొదట తమజాతినిం జెగడి యార్యనాగరికతకు దాసులై లొంగినవారు బ్రాహ్మణులయిరని మాయాశయము. నేఁడు మాలలోనుండి పలువురు (అనఁగా క్రైస్తవమతము) పుచ్చుకొన్న యనంతరము కొందఱు మాలలు చీకటిలో నున్నారని యెఱుంగఁ జాలము వెలుతురులోనికి వచ్చిరని మనయుధిర సంప్రదాయములతో జూచుట మనము గాంచుచునే యున్నాము. ఇటులనే యీ యొడంబడిక ప్రారంభించిన యప్పటికిని దాక్షిణాత్య బ్రాహ్మణులకును, వైదికేయ బ్రాహ్మణులకును జాతిభేదములు చూచిచూచుటతోడనే యెవ్వరెవ్వరో మనము గ్రహింపవచ్చును. ఆర్యుల నాగరికతయందలి చిన్నమ్మలు యార్యులతో సంబంధ బాంధవ్యములు కల్పించుకొనఁగ సాంకర్యము కలుగును. ఇట్లుండుటచేతనే బ్రాహ్మణులందు (శ్రీ చ్చాయ) నల్లని తారతమ్యములు కనుపట్టుచుండును. ద్రావిడులు ప్రదేశముల నుండుటచే నల్లనివారలు ఆర్యులు శీతలదేశవాస్తవ్యులగుటచే శ్వేతాంగులు. నలుపుగానుండు మిశ్రితమైన తెలుపునకు "బాపననల్ల" యను ప్రాకృతజనంబు నేఁడునిట్లు వాడుచుండును.

ఈ సమయమునప్పుడు బ్రాహ్మణులార్యులతో జాతరికంబు వృద్ధియొనర్చుకొందిరి ద్రావిడుల నవీనమాయని పిలిచి నసముంచి కొంతవఱకు సఫలీకృత మనోరథులైరి. మధ్యస్థితులకు నాయకులు మొదలైనవారు లార్యులయందు తేనె కొన్ని నూతనాచారముల నుగ్రహించి నాచారములేర్పడునట్టి యుద్యమమును దీర్చిదిద్దిరి ఆకాలమున నదృష్టి దోషము, మిశ్రమాంగన గర్భ, సందర్శన కరణ తొందరట మొదలగు వర్ణాశ్రమాచారములు తామురుగు పరిసరముల స్పర్ధ బొందునట్లు కొందఱికి మనకెక్కువ శాంతిభంగము జరిగియుండిన దివ్యాన్యులబోలె నవాంగసభత్వములను శిక్షించిరి. శాఖభేదముగా బ్రాహ్మణులయందు మిగిలి

వ్యాప్తి యందున్నది. ఇందువలననే తెలుఁగు దేశమునందుఁ గోమటులు, సాతానులు [illegible] తీర ప్రాంతముల శాఖలవారలు [illegible] [illegible] శాఖా, సంప్రదాయ నిగమములు కలిగియున్న యప్పుడే [illegible], [illegible] పశ్చిమతీరమందున్న "మాపిళ్లాలు" అరేబియా ముసల్మానులకన్నను, [illegible] గను, నాశకపనులుగను నున్నారు. ఆరంభమందుగాని, తర్వాతనైనగాని చేపలని వారలను వాలుఁదనేమి నీచముగాఁ జూడనట్టి భేదము లేదు. వీరికి మాతృభాషలు (అరవము తెలుఁగు, ఆదిమాను మొదలగునవి) [illegible] సంస్కృత వ్యాకరణమునే సంస్కృత మతప్రచారమువలనే దక్షిణాపథమునకు [illegible] తాపరంపర, ద్రావిడ భాషల [illegible] కన్నను వర్ణక్రమ [illegible] సంస్కృతము [illegible] [illegible] భాష [illegible] సంస్కృత భాషా జ్ఞానముగలిగిన వీరికి తెలుఁగు భాష, కోయ. [illegible] సంస్కృత భాషాపండితులు మాటువారలు. [illegible] కాలమున [illegible] గవరవమనునూహ మానవులవరకుఁ బట్టలేదు [illegible] తెలుఁగును నాగరిక జనోపయోగముగఁజేయుట [illegible] బావులకుఁ గోరిక పొడచూపినది. సంస్కృతశబ్దసించితమైనఁగాని పూర్ణమగుకాదని యెంచి మహామహుఁడు నన్నయ్య చెఱియలికట్ల బద్దలుగొట్టి సంస్కృతశబ్దజాలమును తెలుఁగు దేశముమీఁదికి విడచెను విడచిన యనంతరము సంస్కృత శబ్దములను ప్రయోగించుటకుఁ తెలుఁగు నర సమామ్నాయము చాలక [illegible] తీర్చుటకుఁ తెలుఁగు లిపికి "ఒత్తు" అక్షరములు చేర్చఁబడియె. ఇందువలన ఫల మేమి? తెలుఁగు దేశమంతయు నిఱుదపాలయ్యెను, విస్మయమేతుఁ [illegible] యనిరమని గలపోసి నన్నయ్య గంటముఁదీసికొని "ఆంధ్రశబ్దచింతామణి" సంస్కృతములు రచించెను తెలుఁగు వ్యాకరణము సంస్కృతమున రచింపఁబడెను. ఏమివింత ఏలినతము [illegible] [illegible] కూడఁ గొంతకాలమువఱకుఁ తెలుఁగు వ్యాకరణములు సంస్కృతమునందే వ్రాసిరి.

సనాతనధర్మమును సంపూర్ణముగా గ్రహింపఁజాలకపోయినను "[illegible], పోలేరమ్మ" గుడులను బాదుఁడఁజేసి యాస్థానములయందే [illegible] దాములకు గుడులు, గోపురములు కట్టించి ద్రావిడులు సంపూర్ణముగా హిందువుల

వైతిమని యూహించుచున్నారు. తమ సంఘమునందిరియే, తమ యింటిపేరులనే యార్యమతము స్వీకరించిన కొందఱు "బ్రాహ్మణక్షత్రియవైశ్యాగ్ని" అను పదవిని బొందుటకుగాని కన్నెగుట్టు మఱికొ, ద్రావిడాంధ్రశ్లాఘ వర్ణసంఘములతో నేకీభవించుటకు నవకాశమిక్క జూపమొకరిదేకు ఇందుకు మొదటివారు కంసాలులు. వైదిక బ్రాహ్మణులవలెనే వీరును పుట్టినవారము దానే విశ్వబ్రాహ్మణులమని యను కొనుచు ప్రాచీనాచారమును విడనాడి "విశ్వబ్రాహ్మణ" యను సంస్కృత నామమును గ్రహించిరి. విద్యాభ్యాసముచేతను, చారిత్రముచేతను వీరియభిమానము కొనసాగి మిక్కిలి మిగులజేయుచున్నారు మఱియొక యాత్మశ్లాఘ దేవబ్రాహ్మణు లైరి. శిరివాడరి జూచి చేతిలోనిక్కము కోరియుండబోమొనని చెప్పి రేకత్తి గోముఖ లార్యసంఘస్థానములను వెలిచి లోకికి బోవ దమాకమానుచుండిరి కోమటిశబ్ద మును నిరసించొకి "ఆర్యవైశ్యుల" అను సంస్కృతపదమే బెట్టుకొని యార్యులమను కొనుచు దమస్థితిగతులను బాగుజేసుకొనుసరికి వైశ్యయాంకము వాదచూపి నది. ఊరుములు, మిరుములు, పెసలు, పిప్పళ్ళు గోత్రములు జూచి కొందఱు సంస్కార ప్రియులు కోమటిశబ్దమును "ఆర్య వైశ్య" చేసినయట్లుగే గోత్రములు నాంకేతికములని చెప్పి యాంగీరస భరద్వాజ ప్రముఖ బ్రాహ్మణ గోత్రములకు మార్చివైచికొని యార్యసంఘమునందుఁ జేరుటకు ముస్తీబయి యుండిరి. దీనినంతయుఁ బరిహాసముగ వ్రాయుట లేదు పైపెచ్చు వీరి సము త్సాహమును గొనియాడుచుంటిమి. చారిత్రక విషయముగుటచే వ్రాయవలసినవార మైతిమి. తుదకీరోగము వెలమ కమ్మవారికింగూడ సోకినట్లున్నది. వీరార్య క్షత్రి యులమని కొంచుచున్నారు. విస్తరిభీతిచే నియంతమును స్థాలీపులాక న్యాయమున జర్చించి స్పష్టీకరించవలసిన వారమైతిమి.

ఆంధ్రదేశమహాద్రావిడ నాగరికతా సంఘట్టన స్థానముగుటచేఁ దెలుఁగు జాతులలోఁ గొన్ని సంకరములని చెప్పవచ్చును. ఆర్యమత స్వీకరణముఁజేసి యార్యు లమైతిమని యనుకొను నీదిగువ ద్రావిడ జాతులను బరిశీలించినచో మాహిత్యము లయందలి సత్యము మనస్సునకుఁ దట్టకపోదు. ఆరామద్రావిడులను, నందివర్ణంబుల లను, వైష్ణవ వైదిక నియోగులయందుఁ గొందఱిని నఱపకన్నడ బ్రాహ్మణులను బరిశీలించిన యెడల జాతిసాంకర్యము బోధపడకమానదు. వెలనాటి పూజారులను గోమటులను, గంసాలులను, జూచినయెడల నవ్యమత స్వీకరణముచేఁ గల్గిన యార్య త్వము విస్పష్టముకాక మానదు.

ఆర్యబ్రాహ్మణుల నింకను మాంసభక్షణంబు వదలలేదు. వంగదేశ బ్రాహ్మణులు, నోఢ్రబ్రాహ్మణులు మత్స్యభుక్కులు; కనోజిబ్రాహ్మణులు, మహారాష్ట్రులయందు సారస్వతబ్రాహ్మణులు మాంసాహారులు; పంజాబీ బ్రాహ్మణులయందుఁ గొందఱు మాంసాహారులు. వీరందఱును పంచగౌడులలోనివారు. తెలుఁగుదేశమునందుఁ దూర్పుకంసాలులయందు మాంసభక్షణంబు ముసుగులోనున్నయది. ఒకవేళ నిది యోఢ్రదేశపు సహవాసదోషమేమో? ఆర్యద్రావిడ వర్ణవిభాగమీ దిగువున నుదహరించుచుంటిమి. పాఠకులు జాగరూకులై పరిశీలింతురుగాక.

ఆర్యులు.	తత్కర్మము.
1. బ్రాహ్మణులు:—	భగవత్పూజావిధానము. (యజ్ఞయాగాదులు చేయుట చేయించుట)
2. క్షత్రియులు:—	పరిపాలన(చాతుర్వర్ణ్యధర్మములు సాంకర్యముఁబొందకుండఁగాపాడుట)
3. వైశ్యులు:—	కృషివాణిజ్యగోపాలన (ఈమూఁడుజాతులు ద్విజాలు)

4. శూద్రులు:— త్రైవర్ణికశుశ్రూష మతిసాంఘికస్వత్వబహిష్కృతులు. వీరార్యులుకారు; పరాభూతులయిన ద్రావిడులు. కావుననే యార్యులకు సేవకులుగా గ్రహింపఁబడి సేవాధర్మము వీరికి విధింపఁబడెను. ఇంతియకాక త్రైవర్ణికులకు వర్ణసాంకర్యమునఁ బుట్టిన వారలుగూడ నిందుఁ జేర్పఁబడిరి.

ద్రావిడులు.

వర్ణవిభాగము.	తద్ధర్మము.
1. వెలమ, కమ్మ, రెడ్డి, కాపు:—	క్షత్రియధర్మము. అనఁగా శస్త్రజీవనము, పరిపాలనము; నేడు తెలుఁగుదేశమునందున్న జమీలే దీనికిసాక్ష్యము. వైశ్యధర్మములోఁ గొంతభాగము— కృషి, గోపాలనము.
2. గొల్ల, పల్లి, కుమ్మరి, :—	బ్రాహ్మణధర్మము— అనఁగా దేవరల గుడులయందుఁ బూజారితనము.

3. కోమటి, బలిజ, సాలి, మొదలగు జాతులు. — వైశ్యధర్మములలో నొకభాగమయిన వాణిజ్యము.

4. తెలగ, (కాసా)బోయ, చాకలి మొదలగు జాతులు — సేవాధర్మము.

ఆర్యులయందున్న వర్ణవిభాగమునందు బ్రాహ్మణులు ప్రథమస్థాన మలంకరించి తక్కినజాతులకు బోధకులుగానుండి యన్నివిధములగు హక్కుల ననుభవించుచున్నారు. బ్రాహ్మణపాదోదకము పాపహరమనియు, బ్రాహ్మణ భుక్తశేషము మోక్షదాయకమనియు, నభిప్రాయముం గల్గించిరి. క్షత్రియులు రెండవస్థానమును, వైశ్యులు మూడవస్థానమును, నాక్రమించుకొని యున్నారు. వీరందఱు ద్విజులు. ఈ షట్భేదముతో వీరికి సమానస్వత్వములు గలవు. స్వజాతివారు కాకపోవుటచే శూద్రులనంబడువారు కొంచెమించుమించుగా బానిసలుగనే యున్నారు. వీరికున్న హక్కులు నామమాత్రములు.

ద్రావిడ వర్ణ విభక్తియందు శస్త్రజీవులయిన వెలమ కమ్మ మొదలగు వారగ్రస్థానమును, వాణిజ్యజీవులగు కోమటులు మొదలగువారు రెండవస్థానమును, గొల్ల, సమ్మెర మొదలగు బ్రాహ్మణధర్మాన్వయులు మూడవ స్థానమును బోయ మొదలగు సేవాధర్మపరులు నాలుగవస్థానమును గైకొని యుండిరి. ఈవర్ణవిభక్తి కొందఱికి విస్మయజనకము గావచ్చును. కోమటులను వెలమ, కమ్మవారి తరువాత నిడిచితిమని యార్యవర్ణవిభాగ మెఱింగినవారనవచ్చును. ఆంధ్రదేశము ద్రావిడదేశమగుటను. కాన నాంధ్రదేశంబునందున్న యాచార వ్యవహారములను బట్టియే వర్ణవిభాగమును నిర్ణయింపవలసి యుండును. ఆ దేశంబున వెలమ కమ్మవారలు కోమటులయింట్లకడ పుడిసిలి నీరమయినను త్రాగరు. ద్రావిడ వర్ణవిభాగంబును దెలిసికొనినయంత వెలమ కమ్మవారలు క్షత్రియులమనియుం గోమటులార్యవైశ్యులమనియుం జెప్పుకొనుటకుం గలహేతువు సులభైకవేద్యము, వైశ్యధర్మములలో నొకటియగు వాణిజ్యమును బూనిన కోమటులు వైశ్యులమనియు క్షత్రియ ధర్మమయిన శస్త్రజీవనము దాల్చుటచే వెలమ కమ్మవారలు క్షత్రియులమనియు, ననుకొనదొడంగిరి. ఇంతియ కాని యేపరశురామునితో లేక యే పరశురాముని మగనితో కొంచి తెగ్గిలి యిదివఱకున్న జందెములను ద్రెంచివైవలేదు. వీరు బాపనిపిలచినయంత మాత్రముననే మగధీరమునుడిగించి మూలముడుంగునంతటి భీరువులు కారు. విక్రమావష్టంభమున దిక్తటముల కీటులు ధరించిన వీరు బ్రాహ్మ

ణునికి భయపడి యుపనయనాది సంస్కారములను వదలి శూద్రులైపోయిరనుట కన్నఁ బరిహాసమేమి కావలయును? అట్టివారి సంతానమని చెప్పుకొనుటకయిన సిబ్బితి లేదా? ఆర్యులకు యజ్ఞోపవీతధారణము మతసంబంధమైన కార్యము. వీరియాచార వ్యవహారముల నవలంబించిన దక్షిణాపథమునందున్న బ్రాహ్మణులు, విశ్వబ్రాహ్మణులు, రాజులు, వైశ్యులు, భట్రాజులు సాలీలు మొదలగు జాతులప్పు డప్పుడు జందెమును మెడకుఁ దగిలించుకొనినవి. నేఁడు కమ్మవారు నిట్లే యజ్ఞోపవీతధరులగుచున్నారు.

లంకాద్వీపము.

రామాయణప్రకారము లంకాద్వీపము హిందూదేశమునకు శతయోజనదూర మందున్నది. యోజనమనగా నేమి? భాస్కర రామాయణమునందు "యోజన" శబ్దము "ఆమడ"గా భాషాంతరీకరింపఁబడినది. ఈయామడ వెవ్వేరుచోటుల, వెవ్వేరుగానున్నది. తుదకుఁ గొందఱెనిమిది మైళ్ళన్నరగా సిద్ధాంతీకరించినారు. దీనిం బట్టిచూడ లంకాద్వీపము హిందూదేశమునకు ఎనిమిదివందల యేఁబది మైళ్ల దూరమునందుండవలయును. కాని యట్లు లేక యిరువదిమూఁడు మైళ్లన్నరలోనున్నది ఈతారతమ్యమును సమర్థించుటెట్లు? యోజన శబ్దమునకు వేరేమయిన నర్థమున్న దేమో తెలిసికొనవలసియున్నది. మహాపండితులను గొందఱి నడిగి చూచితిమి కాని వారుచెప్పిన యర్థములయందొక్కటియు సరిపోవక పోవుటచే నామడయను, నర్థ మేసమఁజసమని నిర్ణయింపవలసిన వారమైతిమి. ఇంకెట్లు దీనిని సమర్థించుటకు వాల్మీకి మహాముని దక్షిణాపథమెఱుఁగని వాఁడగుటచే, వారివలన, వీరివలనవిని పొరపడియుండునని చెప్పి రామభక్తులకుఁ గోపము రగుల్పవలసివచ్చెనని మిగులఁ జింతించుచుంటిమి. కడుఁగడుఁ బూర్వకాలమున లంకాద్వీపమునకును హిందూదేశమునకును మెట్టదారియొకటుండి దాని మూలమున దక్షిణదేశ పశువులు పుల్లరిమేతకై లంకకుఁబోవుచుండెననుటకుఁ బెక్కు దృష్టాంతములుకలవు. రామాయణకాలము నాఁటికి సంతతసముద్రోత్తుంగతరంగసంఘట్టితంబగుటచే సింహళమును, నీదేశమును గల్పుచున్న మెట్టదారియందు గండ్లుపడియుండెను. నీలుఁడను ద్రావిడశిల్పి వానరుల సాయ్యమునను, శ్రీరామచంద్రుని యాజ్ఞచేతను గండశిలలచేసి గండ్లనే పూడ్చిదారిని బలపఱిచి భద్రముగాఁ జేసెను. ఇదియే సేతువని జగత్ప్రఖ్యాతిఁగాంచెను. రామాయణమున నీకథను వాల్మీకి మహాముని కుంచె కోలతోఁ బెక్కురంగులు వైచెను.

నేఁడు నలుఁడు వేసిన రాళ్లు, రప్పలు కొట్టికొనిపోవుటయే కాక, కడలతాకుచే మిగిలిన కట్టకూడఁ గొట్టుకొనిపోయి సముద్రమీవలావలికిఁ బారలిపోవుచున్నది. పారలిపోవుచున్నది సుమీ. పెద్దపెద్ద నావలు నిరపాయముగా నీమార్గమునఁ బోవఁజాలవు.

శ్రీమద్రామాయణమునం జెప్పఁబడినసువేలము త్రికూటము సుమనఃకూటము లంకాద్వీపమున నేఁటికిని నిలిచియుండి రామజైత్రయాత్రను వేనోళ్ళఁ జాటుచున్నయవి.

యక్షనాగలోకము లేవి?

యక్షశబ్దము సంస్కృతము, దీనికిఁ బ్రాకృతము "ఎక్కులు" తద్భవము (తెలుఁగు) జక్కులు. సింహళద్వీపమునందు వాడుకలోనున్న భాష పాళీ. ఇది ప్రాకృతభాష. కాన సింహళమునందు యక్షులు, "ఎక్కుల"నియుఁ దెలుఁగుదేశమునందు జక్కులనియుఁ బిలువఁబడుచున్నారు. సింహళదేశముయొక్క యాదిమవాసులు "ఎక్కుల"ని తచ్చరిత్రలు విస్పష్టముగాఁ జెప్పుచున్నవి. రావణుఁడు లంకాద్వీపముఁ బ్రవేశించి దొమ్మియుద్ధమున యక్షరాజయిన కుబేరు నోడించి యుత్తరదిక్కునకు ననగా మలయాలమునకుఁ దోలకమున్ను లంకాద్వీపము యక్షలోకముగా వ్యవహరింపఁబడుచుండెను. భారతమున సమయవిరుద్ధముగా ధర్మజ ద్రౌపదీమందిర ప్రవేశముఁ జేయుటచే భూప్రదక్షిణముఁ జేయవలసివచ్చిన విజయుఁడు (అర్జునుఁడు) ప్రభాసతీర్థమున నులూచియను "పాపజనరాలి"చేఁ గొనిపోఁబడెననియు నటనులూచిన వరించి యిరావంతుఁడను కుమారునిం బడసెననియు మన మెఱుంగుదుము. ఈ కథనే సింహళద్వీపచరిత్రలు మఱియొకవిధముగాఁ జెప్పుచున్నవి. విజయుఁడను నుత్తరహిందూస్థాన వాస్తవ్యుఁడు సహచరులతో నొకసరస్తీరముననుండఁ గువేణి యను నొకయక్షిణి విజయసహచరులను మోసగించుకొనిపోవ నెట్టులో సాధించి విజయుఁడు కువేణినిబట్టుకొని చంపఁబోవఁ దన్నుఁబెండ్లాడిన సహచరులనిత్తునని చెప్పఁగాఁ బెండ్లాడి యనంతరము యక్షలోకమునంతయును జయించి రాజ్యమేలెననియు, ఆదంపతులకు నొకకుమారుఁడు, కొమార్తెయుఁ గల్గిరనియు సింహళద్వీపచరిత్రకారులు చెప్పుచున్నారు. ఇచ్చట హిందూదేశచరిత్రకారులు యక్షనాగలోకములను గలగూరగంపఁజేసిరని మేమభిప్రాయపడుచుంటిమి. దీనికిఁ దగుకారణము కూడఁగలదు. సింహళద్వీపముయొక్క యుత్తరభాగమును నాగద్వీపమనియు, నా

గులను నాగజాతివారనుట వాసముచేయుచుండిరనియు సింహళద్వీపవాసులైనవారలవలనం తెలియుచున్నది. మలయాళదేశమునందున్న "నాయరు" అను జాతివారలకు వల సహోయిరనియు, వారలే నాగులైరనియుం గొందఱు వాదించుచున్నారు. ఈయిరు తెగలయందాచారసామ్యము గలదు. ఈ భేదము బాగుగా గుర్తింపంగని మన గ్రంథకర్తలు మనము "ఇంగ్లీషు"వారిని హూణులనుచున్నటే యక్షులను నాగులనుజేసియుం దురని తలపోయుచున్నాము. ఈ యక్షులిప్పటికి సిలంకాద్వీపమునందున్నారు. నాగరికతలేని యాటవికులు. వీరలను మేము చూచితిమి. మన కోయ, చెంచు వాండ్రకన్నను హీనస్థితియందున్నారు. వీరలనిప్పుడు "ఎడ్డులనియు, ఎడ్డిమనుష్యులనియు బిల్చుచుందురు. ఈ రెండు శబ్దములును యక్షశబ్దభవములు మన దేశమునందున్న జక్కులు వీరికిసంబంధించినవారేమో చూడవలసియున్నది. వివాహము లేకుండుటను, బహుపురుషత్వము కల్గియుండుటను బట్టి చూడ మా శంక నిజమగునేమో'. యక్షులు వివాహమెఱుంగరు ఇప్పుడు నాగలోకము లంకాద్వీపోత్తరభూమియనియు యక్షలోకము లంకయనియుం దెల్లమగుచున్నది. ఈయంశమును విపులముగాం జర్చించి పెక్కు దృష్టాంతములు చూపింపవలయునని మనంబున్నను విస్తరభీతి మమ్మందులకుం జొరనీకున్నది.

రాక్షసులు. రావణుండు

వీరార్యులకుం బ్రబలశత్రులు; తమ జన్మభూమియగు హిమాలయదేశమును నార్యులు ప్రవేశించి, యాక్రమించుకొనుటం జూచి సహింపంజాలక వారలను దరిమి వేయుటకు వివిధప్రయత్నములుచేసి విఫలీకృతమనోరథులై, విజితులయిరి. వీరు వీరశైవులు. వీర శైవులకు జీవహింస సాంప్రదాయ విరుద్ధము. హింసాపరిపూర్ణములగు యజ్ఞయాగాదులను వీరందుచేతనే మాన్పించుచుండిరి. అందు రావణుడత్యంత శైవభక్తుండగుటం జేసి, యీయనాచారమును యాచరణములోనికిం దెచ్చెను. అందుచేతనే జగత్కంటకుండని రామాయణముచేం జెప్పించిరి. రావణుండే పశువధమాన్పుటకుంగాను భక్తిప్రపత్తి ప్రవర్తకయగు తాటకిని దండకారణ్యమునకుం బంపెను, ఈ తాటకి దండకారణ్యమున విశ్వామిత్ర యజ్ఞకారిణియగుటచే మా శ్రీరామచంద్రుండు దునుమాడుటయు మనమెఱుంగుదుము. తాటకి ప్రపత్తి నప్పుట తిరువడ మునూరునందు నిమెను నింకను జేవాలయమున్నది. ప్రభాతమున స్నానము లేని వనవాటికరిగి, స్వహస్తముతో పుష్పాపచయముం గావించి, శివునిసన్నిధి యందుత్తమ అను గూర్చి శివునికర్పించుట యీమె యాచారము. శివుండీమెభక్తికి మెచ్చి పాటు

మాలికానిర్మాణముం జేయునప్పుడు సర్వవిషజంతుదష్టముగా వించెను, భగవద్ధ్యానము నలీనమంగున యామెకు నిబాధ యేమియుం జేయలేకపొయ్యె. పూదండ గ్రుచ్చి శివుని మెడలో వైవ లేచినప్పుడు శివుండింకను బరీక్షింపదలంచి యీ యామెను నగ్ననుగాం జేసెను భక్తిపరవశయై యున్న యీయామె దీనిచే నొకించుక చలింపక చేతనున్న పూదండను వదలనొల్లక పులకాంచితదేహయై మాలికాసమర్పణము గావింపనే యుంటతిలకించి శివుండే జేజాలనోండి మెడనువంచుకుం జూపగా పుష్పమాల మెడను వైచెను. ఈకథను జెల్పు నొక పురాతనదేవాలయమిప్పటికిని తిరువడము దూరనందున్నది. తాటకి, అనగా— తట్ — అప్పటు అనగా శైవధర్మవిరుద్ధమైన జీవహింసనాపుట — జీవహింస సాపునది కొనం దాటకియయ్యెను. రామాయణముకూడ నీమెను యక్షిణియనియుం, యజ్ఞవిఘ్నకారిణియనియుం జెప్పుచున్నది. ద్రావిడభక్తుండొకండు భగవద్ధ్యానముం జేయుచు "ఓదయామయా, తాటకికి నలవడినభక్తి నాకెన్నండిత్తువు? అందనుక నాకు ముక్తి కలుగదని వేడెనట. శూర్పణఖ జీవసమాధినిబొందెనని ద్రావిడచరిత్ర చెప్పుచున్నది.

రావణుండీతండు దక్షిణదేశములనుండి సింహళముపై దండెత్తి కుబేరుని మలయాలమునకుం దరిమి లంకనాక్రమించుకొని రాజధానిం జేసికొనియె. ఇతండు మహాబలపరాక్రమసంపన్నుండు, అధికసౌందర్యవంతుండు, మిగుల ధీశాలి, అసమాన శైవభక్తిప్రపూరుండు, ధర్మప్రభువు పాలకుండు యీ విశేషణములు నిక్కాశ్చర్యమును బుట్టింపవచ్చును మావాక్యములకు కరించిన నయ్యది పోంగలదు. బలపరాక్రమ సంపన్నుండగుట రామాయణముం జదివినవారికెల్లం దెలిసియేయుండును. సౌందర్యవంతుండగుటను సుందరకాండములో బ్రథమసందర్శనమున రావణునింగూర్చి హనుమంతుండు తలపోసిన తలపోతలె సాక్ష్యము.

వేదముల గమ్యారణ్యముగా నున్నయప్పుడు ఛేదించి యాకాంక్షితనులు బల్లైవేయుటకుం దారిం జూపె ఇదియె నేంటికిని రావణభట్టీయమను పేరున నున్నది. ధీశాలియేకాక బ్రహ్మజ్ఞాని. ఇందుచేతనే రావణవధానంతరము శ్రీని బ్రహ్మహత్య మహాపాతకము పీడించినది ఇదియుంగాక యితండు నవయుం వాల కూర్పరుండు. మలయాలమునందున్న గుడి గోపురములితండు ధర్మప్రభుచరిత్రకు సాక్ష్యములై యున్నవి ఇవన్నియు వీనిసుగుణములు. దుర్గుణము లున్నవి లేనివి కములను..., విరామములేకుండ నగటికిన్నిదరియె యుండగ నుండం బ్రతిపక్షగచిత కూడంగలమ్ దుర్గుణాము లోకమునకు వెల్లడించుచునేయున్నది.

XXIII

రామాయణయుద్ధమెప్పుడు జరిగినది?

మన పౌరాణికకవులు మున్నగువారు, సార్వభౌములు, ఋషిసత్తములకు వాగ్దానమునిచ్చుటయందు జాలకరులైరి ఇంత యౌదార్యస్వభావము మఱియేయితర దేశకవులయందును గన్పట్టదు. సూర్యవంశ్యులగు రాజులకు వేలకొలది సంవత్సరము లుదానముఁజేసిరి. వసిష్ఠాదులగు ఋషులకు బ్రహ్మయువే యొసఁగెను. ఆంటితోఁ దనివిసనక విభీషణ హనుమత్ప్రభృతులకు రామనామమీలోకమునఁ బ్రవర్తించిన యంతకాలము జీవింపుఁడని వరమిచ్చిరి. వరంబిచ్చుట యొకయెత్తు. అదిచెల్లుట మఱియొకయెత్తుకదా! ఇప్పటికిని విభీషణుఁడు పర్వదినంబుల రామలింగేశ్వర స్వామినిఁ బూజించి పోవుచు నుండునఁట. కాని మనయదృష్టహీనమ్మనఁ గన్ను లుండియుఁ గాంచలేకున్నాము.

ప్రాచీనులు కాలమును నాలుగు యుగములుగా విభజించిరి అందు మొదటి యుగమయిన కృతయుగమునకు 1728000 సంవత్సరములును రెండవ యుగమయిన త్రేతకు 1296000 వర్షములును, మూఁడవ యుగమయిన ద్వాపరమునకు 864000 హాయనములును, నాలవ యుగమగు కలియుగమునకు 432000 యేండ్లును నొసంగిరి. శ్రీరామచంద్రుఁడింక రెండవ యుగమయిన త్రేతాయుగ మహాపురుషుఁడు. త్రేతాయుగము కట్టకడపట శ్రీరామచంద్రుఁడు రాజ్యమేలెనని తలంచినను, నిప్పటికి రమారమి 869000 క్రిందట నున్నాఁడని స్పష్టపడఁగలదు. అనేకకారణములచే నియ్యది యసంభవముగాఁ గన్పట్టుచున్నది. పాశ్చాత్యులు యీ శ్లోకములగు గ్రంథము లనధికరించి ప్రజ్ఞావిశేషమును జూపుంచుటకు యత్నించుచున్నారని భ్రమపడకుఁడు. ఋషిభక్తియందు మేమెవ్వరికిని దీసిపోము. కాని బహుళగ్రంథావలోకనమునఁ గ్రోడీకరించిన కొన్ని సంగతులను మీకు నివేదింతుము గ్రాహ్యములయిన గ్రహింపుము. అగ్రాహ్యంబులనితోఁచినఁ ద్రోసిపుచ్చుము. ఇంతియే మేముగోరునది.

భారతయుద్ధము ద్వాపరాంతమునఁ బ్రవర్తిల్లెనని హిందువులెల్లరఱుంగున్న చుండు? సమ్మతము. భారతపురుషులు రామాయణవీరులను జూచుట కటస్థించ మా రెండుయుద్ధముల మధ్యనున్న కాలము లక్షలకొలంది సంవత్సరములుగాక చెప్పుట యేమి యుగంపవల యనిన ప్రాజ్ఞులగు విమర్శకులకుఁ బోషకవారు ... గ్రంథము లేని రామాయణ పురుషులకుఁగల్గిన సంబంధసంబంధములఁ గొన్నింటిని ఇటఁ జూపెదము యుక్తము సాక్షి వాక్కు

కౌంతేయమధ్యముఁడును సహారభుజబల సంపన్నుఁడయిన భీముని కరశ్యావాసంబున నాంజనేయ సందర్శనంబులభించె. భాగవతంబున ద్వివిదుఁడను వానరుని బలరాముఁడు సంహరించెను. అమృతభక్షకులును, సుగ్రీవుని మామలునై రామరావణ యుద్ధమున నద్వితీయ పౌరుషంబుఁజూపిన మైందద్వివిదులలో ద్వివిదుఁడితఁడే. భాగవతంబునఁ గృష్ణభగవానుఁడు వానరులయందెల్ల మిగులవృద్ధుఁడగు జాంబవంతుని నోడించి తత్పుత్రిని బెండ్లాడుట మనమెఱుంగుదుము. సీతామహాదేవి జనకుఁడయిన విదేహునియొద్ద బలరాముఁడు తత్త్వవిద్యనభ్యసించెను. శ్రీరామచంద్రుని సమకాలికుఁడయిన పరశురామునకును, భారతప్రపితామహుఁడయిన భీష్మునకును నెక్కటి కయ్యముసంభవించెను. రాజసూయాధ్వర సమయమందున నకులునకు విభీషణుఁడు కానుకలిచ్చెను. రామాయణ కృతికర్తయగు వాల్మీకిప్రియశిష్యుండైన భరద్వాజుని కుమారుడయిన ద్రోణుఁడు కురుపాండవులకు ధనురాచార్యుండయ్యెను. రామాయణ భారత పురుషుల పరస్పర సందర్శనముచే నీయుద్ధద్వయమునకు మధ్యనున్న కాలమత్యల్పమని యూహింపనగునుగాని రామాయణయుద్ధకాల నిర్ణయము చేయుటకు మాత్రమయిత కాదు. కాని భారతయుద్ధము మూఁడు నాల్గు వేలసంవత్సరములకు పూర్వము జరిగియుండునని కొందరి చారిత్రకులభిప్రాయపడుచున్నారు. ఇంతియ కాని రామాయణమునయున్న యేయితరయాధారములు కాలనిర్ణయమున కనుకూలపడవు. ప్రతిపక్షదేశమయిన సింహళమున నేమయిన నాధారములు దొరకునేమో చూడవలయును. సింహళ ద్వీపవాస్తవ్యులు హిందువులకన్న నెక్కువ జాగరూకతతోఁ దమదేశచరిత్రను వ్రాసియుంచిరి. సింహళద్వీప చరిత్రయగు "రాజావలీ" యను గ్రంథమునందు బుద్ధదేవుఁడు తనసత్య సందేశమును లోకమునకు వెలిఁబుచ్చుటకుఁ బూర్వము 2000 సం॥ నాఁడు రాముఁడను నుత్తర హిందూస్థాన వాస్తవ్యుడు సింహళముపై దండెత్తి జయించెనని చెప్పంబడియున్నది. అనఁగా సుమారు నాల్గువేల సంవత్సరములకుమించినదిఇయ్యది రామాయణ భారతియుద్ధములమధ్యకాలము నత్యల్పము చేయుటచె విశ్వసనీయముగానున్నది. ఇంతకన్నను బలవత్తరముగు కారణములు కనిపించువఱకు నీకాలనిర్ణయమే సమంజసమని తోఁచుచున్నది నాల్గువేల సంవత్సరములు సామాన్యముకాదు. పాఠకుఁడా యింతవనుకే యతిదీర్ఘమయిన పీఠికను చరిత్రదేశమునకు సంబంధించిన యొకటిరెండు సంగతులు ముచ్చటించి ముగించెద కములను రామచంద్రుఁడు తెలుఁగుదేశమునకు వచ్చెననియు, భద్రాద్రికడనున్న పర్ణశాల చూడఁగలవు.

[illegible] సీతాదేవి [illegible]
[illegible] ఇప్పటికి నున్నవి. [illegible].
దశరథునిచే నడ్డింపఁబడినవాఁడై శ్రీరామచంద్రుఁడు గంగానదినుత్తరించి దక్షిణాభిముఖుఁడై బొంబాయిరాజధానిఁజొచ్చి, నాసికయందు శూర్పణఖా నాసికావిచ్ఛేదనంబాచరించి పదంపడి రావణాపహృతభార్యుఁడై, బళ్ళారియందు సుగ్రీవుని చెలిమిఁజేసి యచ్చటినుండి దక్షిణాభిముఖంబుగా బయలుదేరి లంకఁబ్రవేశించి రావణసంహారంబు గావించెను. ఇంతియకాని భద్రాద్రికి రాను లేదు, ఇచ్చటకు నావశ్యకతయును లేదు. పర్ణశాలయును నుష్ణగుండమును రామునకు నేమాత్రమును సంబంధించినవి కావు. ఉష్ణగుండము సీతామహాదేవి స్నానమాచరించుటకు సృష్టింపఁబడినది కాదు. ఇట్టివి పెక్కుదేశములయందుఁగలవు. Iceland అనుద్వీపమునందు నాకాశములోనికి నెగయుచుండు లిప్తోదకములుగల యుష్ణగుండములు పెక్కులుగలవు. ఇంతియేల ? మనహిందూదేశమునందే బరోడారాష్ట్రమునందున్న యూనేయునూగ్రామమునందు నుష్ణగుండములు కలవు. ఇవన్నియుఁ బ్రాకృతజనంబులకు లోఁబడునట్లు కల్పింపఁబడిన తంత్రములు. పాఠకులారా! అభిప్రాయభేదములను బాటించుచుంటిని చెప్పి నిర్భయముగా మాయభిప్రాయములన్నిటి మీకు నివేదించితిమి పొరపాటులున్నయెడల నెఱుఁగఁజేసిన యుక్తమయినచో దిద్దుకొనుటకేమియు నభ్యంతరము లేదు. ఒక్కరయినను నీగ్రంథమును సాంతముగాఁ బరిశీలనబుద్ధితోఁ జదివినయెడల మాశ్రమ వ్యర్థము కాలేదని తలంతుము.

సింహళద్వీపచరిత్రయగు రాజావళియను మిగుల పురాతనగ్రంథమీవిధముగా వాకొనుచున్నది. "బుద్ధదేవుఁడు తనసత్యసందేశమును లోకమునకుఁ దెలియఁజేయుటకుఁ బూర్వము 1844 వత్సరములక్రిందట శ్రీరామచంద్రుఁడు సింహళముపై దండెత్తెను" బుద్ధదేవుఁడు క్రీస్తుపుట్టుటకుఁబూర్వము 526 సంవత్సరములక్రిందట తనసందేశమును భారతలోకమునకు బోధించెను. అనఁగా క్రీస్తుపుట్టుటకుఁబూర్వము 2370 వర్షములక్రిందట శ్రీరామచంద్రుఁడు సింహళముపై దండెత్తెను. అననేఁటికి (2370 + 1922) 4292 సంవత్సరములనాఁడు లంకాపట్టణజైత్ర యాత్ర సంభవించెను.

నా ట క వి ష య ము.

శంబుకవధ మతరక్షణాసక్తి ప్రేరితముకాదనియు, రాజనీతి ప్రేరితమనియు నుత్తరరామాయణముఁ జదివినవారికెల్ల బోధపడకమానదు. ఈవిషయమందలి మా యభిప్రాయములను నీనాటకమే చాటుచుండుటంజేసి యిచ్చట వెండియుఁ జెప్పుట యనవసరము. ఈనాటకమునఁ గథానాయిక లేదు. అనవసరమును, సంబంధము లేని కథానాయికనుగొని తెచ్చి వృథా నాటకమును బెంచుటకన్న పసలి వేయుట యుత్తమమనితలఁపోసి యిట్లాచరించితిమి. ఇయ్యది నూతనమార్గము కాదు. సంస్కృతనాట

కమగు ముద్రారాక్షసమునందు గథానాయిక లేదు. నాటకోపసంహారమున గుణశ్శేఖరుని గ్రామము పీఠికలో బయలుపఱచిన యభిప్రాయములే యింకను మమ్ము బాధించుచున్నవి. పద్యములయందలి గణ యతి ప్రాసము లెట్టిమహాకవికైనను గొంతవఱకుఁ బ్రతిబంధకములని యెల్ల రెఱుంగనదియేకాన సముచితపదప్రయోగమున భావప్రకటనముఁ గావించుటకుఁ గొన్నియెడల సమర్థులగుటను అట్టిచో వచనమునకన్నఁ బద్యమునందు నెక్కుడు భావప్రకటనమునకు నవకాశముగలదన్న వాదమాదరణీయముగాదు. కాని పద్యనాటకములయందు సంగీతము ముఖ్యాంగమగుటఁజేసి, యయ్యాది ప్రేక్షకులభావగతులను గొంతవఱకు లోఁబఱచుకొని రసోదయమును గావించును. అయినను గద్యనాటకములయందు నభినయవిశేషముచేత స్వరగతిచేతను నీరసోదయము చేకల్పింపవచ్చును. పద్యంబునకన్న గద్యంబు ప్రాకృతజనంబునకు సులభగ్రాహ్యంబుగా నుండును. కాన సంగీతనాటకంబులున్నను, లేకున్నను, వచననాటకంబులుమాత్ర మత్యావశ్యకము. షేక్స్పియరు పద్యనాటకప్రదర్శనముంజూచి తలయూచి, యానందించి వచననాటకములయందట్టి భావప్రకటనము సాధ్యమగునాయని తలంచుట వెఱ్ఱి. నేఁడు బెర్నార్డుషా వచననాటకములంజూచి మెచ్చనివారెవ్వరు? ఈమహాకవి నాటకముల ప్రదర్శనము గాంచు భాగ్యము మాకుఁగల్గినది. ఒక్కొక్కసందర్భమున మేము తన్మయత్వముఁ బొంది కంటియెదుట జరుగుచున్నది ప్రదర్శనమనుమాట మఱచితిమి. ఈ మహాకవి రసోచితపదప్రయోగ నైపుణ్యమటులుంచి, యిట్టి తన్మయత్వమును గల్గించిన దెద్దియోయనునది విచారింపవలయును. దీనికిఁ గారణములు పెక్కులుగలవు. అయినను ముఖ్యకారణములఁగొన్నింటి నిట నిచ్చుచుంటిమి. ఇందు మొదటిది అభినయము. అభినయమనఁగాఁ జేతులు కాళ్లు కన్నులు కదల్చుటయేకాక, పల్కుచున్న మాటలచే వ్యక్తీకరింపఁబడు నవరసానుకూలమగు ముఖలక్షణకల్పనకూడనగును. ముఖలక్షణముతోపాటు కంఠస్వరము మార్పుఁజెందవలయును. ఇవన్నియు మరల పాత్రోచితముగా మాఱుచుండవలయును. అప్పుడే పాత్ర ప్రేక్షకులమనమాకర్షించి, రసోత్పత్తి కల్గించును. మహారాణికిని, సామాన్యస్త్రీకిని నొక్కవిధమగు నాపద సంభవించినను నిరువురు నొకవిధముగా శోకింపరు. మహారాణి గుమిలి గుమిలి పనవును, సామాన్యయోగొంతెత్తి బొవురుమనియేడ్చును. ఈభేదము సహజముకాదని యొకరభిప్రాయపడుచున్నారు. వారిలో మేమేకీభవింపకపోవుటయేకాక యింకఁ బ్రాపంచికజ్ఞానము గడియించి కొనిన నట్టియభిప్రాయమును సవరించుకొందురని నమ్ముచున్నాము.

పాఠకసంఘా! దీర్ఘమగు పీఠికనువ్రాసి విసుగుఁగొల్పియుందుము, మేము వెలివఱచిన యభిప్రాయములయందు నేమేని పొరబాటులున్నవని తెలియఁజేసినయెడల వందనపూర్వకముగా సరిదిద్దుకొనుటయేకాక, ద్వితీయ ముద్రణభాగ్యము లభించినయెడల సవరించుకొనియెదము, కాని మాత్సర్యగ్రస్తులై వెఱ్ఱివిమర్శనలకు దిగువారి నుతులను బెడచెవులఁ బెట్టెదము.

శంబూకవధ

(ఉత్తరరామచరిత)

ప్రథమాంకము.

(పథశ్రమమున నంగదుఁడు ప్రవేశించును.)

అం—అబ్బబ్బా! ఎక్కడి కిష్కింధాపురము? ఎక్కడి సాకేతపురము? తుంగభద్రానదినుండి సరయూనదికి రావలయును. వెట్టికి వేయి విధములన్నట్లు నేనీ కాలినడకను రాఁబూనుటేల? గాంధర్వ విద్యచే నాకాశగమనంబున రాక తక్కుటేల? ఈ యార్యుల జనపదమ్ములఁజూచి యానందింపవలసినది యేమున్నది? వీరి యాచారవ్యవహారములనుజూచి నేర్చికొనవలసినది యేమున్నది! పర్వతసానువులఁ, బచ్చికపట్టులఁ, జెట్లతోపుల నడిమినున్న మా పల్లెలే కన్నుల పండువుగ ముద్దులు మూటఁగట్టుచుండును. ఈ యార్యుల పేరు గొప్పయేగాని పరీక్షించిన కొలంది యేదియో సామెత జ్ఞాపకమునకు వచ్చుచున్నది! (విచారించి) అవురా! యెంతమంచివాఁరైననేమి? జాత్యభిమానము వీడదుకదా! కొలఁది దినములనుండి మాయం"దపనమ్మకము" గూడఁ గల్గినట్లున్నది. కారణమో? మేము తమజాతివారము కామనియా? మేలు! ఏవియో మాయమాటలు చెప్పి, కిష్కింధానగరవాసవస్వామా

జ్యమునకు గుండెయు, మా నమ్మిన బంటును, నగు హనుమన్నను సాకేతపురమునఁ గట్టివైచెను. ఇప్పుడో! యేదో మిష వెట్టి నన్ను రప్పించుచున్నవాఁడు. దీనినంతయుఁ బరిశీలింప వానరసామ్రాజ్యము తన కైవసముననుంచుకొనుటకు మమ్ములఁ బూటకాపు చేసినట్లు తోఁచుచున్నది. మా పూర్వసాహాయ్యమైనఁ దలంపక మతమని పేరుచెప్పి క్రమక్రమముగ దినదినము మా స్వాతంత్ర్యమును గుంజుకొనుచున్నాఁడు. ఎవ్వరును లేరుగదా (యిటునటు చూచి)

గీ॥ అన్నతోఁ దలపడిపోరి • యాతురమునఁ
బెఱనుగొని తెచ్చి నెత్తిపైఁ • బెట్టుకొనియు
నకట తప్పించుకొను నుపా • యంబులేక
విసుగుపడుచున్నవాఁడు మా • పిన్నతండ్రి. ౧

సీ. నలుఁడు లేకుండిన • జలరాశి బంధించి
రావణు లంకకు • రాఁగలండె?
మందుమాఁకులు తెల్పి • మా తాత ప్రాణముల్
పోయకున్న నయోధ్య • పోవఁగలఁడె?
కపులెల్ల దేశముల్ • గాలింపకుండిన
దేవి వృత్తాంతంబుఁ • దెలియఁగలఁడె?
దోషాచరులఁబట్టి • త్రుంపకుండిన మేము
తోడరి తానొక్కఁడే • త్రుంపఁగలఁడె?
వీనినన్నింటిఁ దలపంప • మానమందు
వానరుల మమ్ముఁ దనతోడి • వారిఁగాఁగ
నెంచుచున్నవాఁడంట మాకిదియె చాలు
నంట యష్టుచెప్పంగరా • దంట సుంత. ౨

ఉ॥ ద్రావిడజాతియంచు మముఁ దానొకయప్పుడు లోన నమ్మఁగాఁ
బోవక చూడనట్టులదె • పో యొకకంటను జూచుచుండు మే
మేవిపానర్చుచున్న, మఱి • యిచ్చునె సౌఖ్యముపారతంత్ర్యమా
హా! విధి! రాసురాజ్యమఁట!యక్కట! యీగతినుండెమాగతుల్

(విచారించి) యీ నిర్వేదమువలన నేమి యుపయోగము? అదుగో! సూర్యభగవానుఁ డపరదిక్కాంతకుఁ గుంకుముబొట్టయ్యెను. నేఁటికిందు విరమించి ప్రత్యూషంబున సాకేతంబుఁ జేరి రామచంద్రసందర్శనంబుఁ గావించెద. నన్నొక యార్యునిగాఁ బుట్టించనందులకు భగవంతునకు నేను కృతజ్ఞుఁడ. కాయగసరులతోఁ గాలము గడుపఁగల్గుదును. నిండుప్రాణముతోనున్న యే జంతువునో పట్టి చంపి పొట్టఁబోషించుకొను నవసరములేదు. ఆహా! యేమి యీయరణ్యము పుష్పఫలభరితంబై యున్నది. ఎవ్వరో పండ్లు గోయుచున్నారు! (దరిఁజేరి) అయ్యా! యీ సంధ్యాసమయమునఁ బండ్లుఁగోయుచున్న మీరెవ్వరు?

శం. శి—మేము రామదాసులము.

అం—అనఁగా?

శం. శి—రామునిచే దాసులముగాఁ జేయఁబడినవారము.

అం—ఎవ్వరికి?

శం. శి—ద్విజపోతములకు.

అం—ఎందుచే?

శం. శి—మేము తమ జాతివారము కాకపోవుటచే.

అం—అటులయిన మీరెవ్వరు?

శం. శి—వారార్యులఁట. మేమనార్యులమఁట.

అం—అనార్యులనగా ?

శం. శి—ఆర్యక్షేత్రయాత్రకుఁ బూర్వపు దేశవాస్తవ్యులు.

అం—(తనలో) పాక్షికమయిన పరిపాలన మెప్పుడు సర్వజనసౌఖ్య సంధాయకముకాదు. వీనిని గొంతవఱకుఁ దఱచి చూచెద. (ప్రకాశముగా) అయ్యా! యేల యింత యసంతృప్తితో మాటాడుచున్నవారు ? భగవదవతారమని యెంచఁబడుచున్న రామ రాజ్యములోనె కొఱఁత వాటిల్లుచున్నదా ? ప్రాణిసేవ యుత్తమోత్తమమగుకార్యమేకదా ?

శం. శి—అయ్యా! యెవ్వరి కెవ్వరిపరిపాలనంబు సర్వసౌఖ్యసంధాయకముగ నుండునో, వారికి నేతత్పరిపాలకుండు భగవదవతారమగునుగాని యితరుల కెట్లగును? కాని ప్రొద్దుగ్రుంకుచున్నది. మాగురువుగారు నాకై యెదురుచూచుచుందురు. నేను పోవలయును. మీరెవ్వరు ? ఎక్కడకుఁ బోవుచున్నారు ? మా యాతిథ్యము గ్రహింప నిచ్ఛగలదేని నాతో దయచేయుఁడు.

అం—అయ్యా! మీ గురువెవ్వరు ?

శం. శి—శంబుకసంయమీంద్రుఁడు.

అం—శంబుకసంయమీంద్రుఁడా ?

శం. శి—ఏమి యట్లు వెఱగుపడుచున్నవారు ? మాగురువుగారినే యెఱుంగరా ? సాకేతపురప్రాంతములకు నెప్పుడయిన వచ్చి యెఱుఁగరా ?

అం—రామపట్టాభిషేకమహోత్సవమునకు వచ్చితినిగాని—

శం. శి—అయ్యో! రామపట్టాభిషేకమున కనుచున్నారు. రామచంద్రుని శిష్యులా ? అటులయినఁ బొరపడితిని. ఇట్టి ప్రసంగముఁ జేయఁ గిట్టదు.

ం—లేదు, లేదు. మేము మీవలనే కష్టము ననుభవించుచున్న వారమే. నేను కిష్కింధాపుర యువరాజను. అంగదుఁడను.

ు.శి—అయ్యా! ధన్యుఁడను. మీరు తప్పక మా యాతిథ్యమును గొనితీరవలయును. మాగురువుగారు మీ యాగమనమునకు మిగుల సంతసపడెదరు. సుగ్రీవసార్వభౌముని సంగతి యప్పు డప్పుడు మాతో ముచ్చటించుచుందురు.

ం—నడువుము, వచ్చుచున్నవాఁడను. మీగురువుగారి సందర్శనమువలన నేను బవిత్రుఁడనయ్యెద. మహాత్ముల సందర్శనము మాటలతో దొరకదుగదా? (నిష్క్రమింతురు)

చిదానందాశ్రమము.

శల్యగతప్రాణుండును, జటావల్కలధారియు, శాంతస్వరూపుండు నయిన శంబుకఋషి ప్రవేశము.]

—అబ్బా! యింకను రాలేదేమి చెపుమా? జడస్వభావుఁడు (పడమటిదిక్కున కెత్తిచూచి) అడుగో!

గీ॥ అంధకారావృతములైన • యట్టి లోక
ములకునెల్లఁ బ్రకాశంబుఁ • బొసఁగుచుండి
జీవరాసులనెల్ల వీ • క్షించు కర్మ
సాక్షి యస్తమించుచునుండెఁ • బరమదిశను. ౪

స్వపక్ష పరపక్ష భేదములులేక యీశ్వరాజ్ఞాబద్ధుఁడై చేతనా చేతనములనెల్ల స్వార్థత్యాగియై, ప్రత్యుపకృతి నభిలషింపక యొక కంటఁజూచు సూర్యభగవానుఁడెంతకృతార్థుఁడు? ఎంత ధన్యుఁడు? ఇందుచేతనే పామరజనంబులుకూడఁ బ్రాతఃకాలముననేలేచి,

నమస్కరించి, యర్ఘ్యపాద్యాదులొసంగి, యాత్మశాంతిని జేసి కొందురు.

(తెరలో) ఆత్మశాంతికి నతిథిపూజయే యుత్తమోత్తమమని మీరు నిరంతరము సెలవిచ్చుచుందురుకదా. ఇదిగో! యతిథిని గొనివచ్చితి.

శం.—కుమారా! నీవేనా? యింత యాలస్యమేలచేసితివి? ఎవ్వరా యతిథి? నీవు పోయి పూజాద్రవ్యములను గొనిరమ్ము. ఈశ్వరోద్దేశముచేతను, రాజోద్దేశముచేతను సేవయేకదా మనకుఁ గర్తవ్యము.

[శిష్యుఁడును, అంగదుఁడును ప్రవేశింతురు.]

శి.—ఇదుగో! యతిథి. గుర్వాజ్ఞను నెఱవేర్చుటకుఁ బోయెదను.

(నిష్క్రమించును).

అం.—కిష్కింధాపురయువరాజు, అంగదుఁడు నమస్కరించుచున్నాఁడు.

శం.—వత్సా! చిరకాలము మనుము. నిన్నుఁ జూచుటచే నాకానందము గల్గుచున్నది. దారితప్పివచ్చినట్లున్నది. సుగ్రీవమహారాజు సుఖముగ రాజ్యమేలుచుండెనా? కిష్కింధాపురపౌరులెల్లరానందముతో వర్ధిల్లుచుండిరా?

అం.—మీ యనుగ్రహమువలన నెల్లరు సుఖముగఁ గాలయాపనముఁ జేయుచున్నారు. రామచంద్ర దర్శనార్థమై యరుగుచు మార్గమధ్యమున భవచ్ఛిష్యునిఁగాంచి, మీయాశ్రమము పరిసరంబున నుండుటెఱింగి పతితులను బావనులఁజేయు మిమ్ము సందర్శించు మనంబున వచ్చితి.

శం.—కుమారా! యటులయినచో నీ రేయి మాపర్ణకుటీరమునఁగడపి

జేపకడనే పోవచ్చును. సాకేత మిచ్చటకు నతిసామీప్యమున నున్నయది.

అం—మీ వాక్యములే నాకాదేశము.

శం—ఇదిగో! దర్భాసనంబు. ఇటు గూర్చుండుము.

అం—(కూర్చుండి) దేవా! యకస్మాత్తుగా పట్టాభిరామునకు సంభవించిన యాపత్తు విని సమాశ్వాసింప వానరరాజ్యపట్టభద్రుఁడు నన్నంపుచుండె. పెందలకడనే పోయి భార్యావియోగమునఁ గుందుచున్న దాశరథిని నోదార్పవలయు.

శం—అగును. పాపము. తీరరాని యాపత్తే సంభవించినది. చేతులారఁ జేసికొన్నదాని కంతగా దాశరథి చింతింపఁడు. చింతిల్లఁడు.

అం—చేతులారఁ జేసికొన్నదియే మి?

శం—చేతులారఁ జేసికొన్నది యేమని విస్మయపడుచున్నావు?

ఉ॥ చాకలివాని మాటలు నిజమ్మని నమ్ముచు శంకితాత్ముఁడై
యాకమలాయతాక్షిని, సమంచితసాధ్విని, బూర్ణగర్భిణిన్
లోకులు నవ్వఁ గారడవిలో వసియింపఁగఁ బంపుపెట్టిలో?
యాకకు నింతయేని నెదురాడని తల్లియటంచుఁ గాదొకో. ౫

అం—మహాత్మా! యట్లుకాదు. సూర్యవంశమునందలి సార్వభౌము లీగకాలియంతయునఁ గలంకము లేకుండఁ బ్రజాపాలనముఁ గావించిరఁట. తద్వంశజాతుఁడయిన శ్రీరామచంద్రుఁడిట్టి కళంకమునకు ననుమానాస్పదుఁడగుటకుఁగూడ నోర్వక యిట్లాచరించెనఁట.

ం—మనము దీని యాథార్థ్యమును శంకింప వలసిన యగత్యము లేదు కాని,నాఁడు రావణసంహారానంతరమున లంకాపట్టణంబున నిష్క-

మహాస్త్రై యమ్మహాజననిఁ జిచ్చనెక్కించి, హవ్యవాహనుని మూలఁ బున, నమ్మహాపతివ్రత సాధుశీలమును, నకలంకచారిత్రమును నవ్యాజపతిభక్తియుఁ దానెఱుంగుటయేకాక లోకమెల్ల నెఱిఁగె ననుఁ, నిప్పుడిట్టి యకార్యమును జేయుటేల? కేవలము ప్రజలను సంతోషపెట్టుటకేనా? కుమారా! యొక్కసంగతి యున్నది.

గీ॥ పెక్కుజనముల సంతోషపెట్టఁదలఁచు
వాఁడొకనినైన సంతోషపఱపలేక
తుదకు వ్యర్థప్రయత్నుఁడై, దుఃఖభాజ
నుఁడగు నిరతంబు పెక్కులు నుడువనేల? ౬

శ్రీరామచంద్రుఁ డీయవస్థనే పొందినాఁడని నాయాశయము.

శి—[శిష్యుని ప్రవేశము] ఇవిగో! పూజాద్రవ్యములు.

శం—ఇటులుంచుము.

శి:—దేవా! యిప్పుడే వాల్మీకులవారు రామాయణము వ్రాసిరఁట శ్రీరామచంద్రుని భగవదవతారముగాఁ ఘోషఁ జేసినారఁట.

అం:—గురుదాసా! కాఁడనియా నీనమ్మకము?

శి:—కాకేమిగాని, కవీంద్రుని లేఖినిలోనున్న మాహాత్మ్యము మాత్రము నన్నబ్బురపడఁజేయుచున్నది. కవి లేఖినికి విశ్వామిత్రసృష్టిఁ జేయు శక్తిగలదు.

అం:—గురుదాసా! యేమి నీ యుపాలంభనములు?

శి:—యువరాజా! నన్నుఁ బరిహాసింపకుము. మన హనుమంతుఁడు కూడ నొక రామాయణము వ్రాసి శ్రీరామచంద్రున కర్పించె నఁట. ఎందుచేతనోకాని దానిని సముద్రమునఁ బాఱవేయించెనఁట.

శం—కారణమేమి?

శి:—శ్రీరామచంద్రుని భగవదవతారముగా వర్ణింపక యసాధారణ మనుష్యమాత్రునిగా వర్ణించుటచేనని లోకము చెప్పుకొనుచున్నది. లోకము నోరుమూయించుట కెవ్వరికి సాధ్యము?

అం:—మంచిపనియే జరిగినది.

శం:—సరే! నీవుపోయి మన పర్ణకుటీరము తూర్పువైపు గదిలో దర్భలతో మెత్తనిసెజ్జయొనర్చి, వానరరాజునకుఁగాను వివిధఫలముల నందుంపుము.

శి:—చిత్తము.

అం:—(తలపంకించుచుఁ దనలో) పారతంత్ర్యమందున్నవారి గతి యింతియేకదా! (ప్రకాశముగ) దేవా? మిమ్ముల నొక ప్రశ్నమడుగవలయునను సముత్కంఠయున్నది. మిమ్ములఁ జూచిచూచుటతోడనే సర్వశాస్త్రపారంగతులనియు, నిష్ఠురతపోనిష్ఠాగరిష్ఠులనియు, బ్రహ్మజ్ఞానధనులనియు, మాబోంట్లకుఁ దోఁచకమానదు. కాన.........

శం:—ఇది కేవలము స్తుతిమాత్రము.

అం—మహనీయులు స్వోత్కర్షవర్ణన విననొల్లరు. మీకెట్లు దోఁచినను మాకుమాత్రము సత్యము; కావున నా యల్పబుద్ధికిఁగల్గిన శంకనుగూర్చి మిమ్ముఁ బ్రశ్నింప మనంబు వేగిరపడుచున్నది.

శం:—కుమారా! యీయఖండజ్ఞానస్వరూపునిముంగల మనమందఱమణుమాత్రపరిజ్ఞానులము. మనయందలి తారతమ్యముకూడ నంతియే.

అం:—మీ సౌజన్యము మిమ్ముల నట్లు పలికించుచున్నది. ఏదియెట్లున్నను నా సందియమును దీర్చుటకుమాత్రము మీరర్హులు.

శం:—నీకాయభిప్రాయమున్న నడుగుము.

అం:-చం॥ జపము, తపంబు, రెండును ద్విజన్ముల వైదికకర్మముల్ గదా
నృపతికి వర్ణధర్మముల నెల్లను బ్రోచుట ధర్మమంచు నె
ల్లపుడు వచించుచుండుదుగదా!మన శాస్త్రములిట్లుగాన,మి
మ్మిపుడయుపేక్ష సేయఁగల దే!రఘురాముఁడుకంటఁజూచినన్

శం:—కుమారా! యంగదా! నీ సంశయములను దీర్తునుగాని మన శాస్త్రములనుచుంటివి. ఎవ్వరి శాస్త్రములని నీయాశయము?

అం:—ఆర్యులు చెప్పిన స్మృతులని నా యాశయము.

శం:—అవ్వి మనవెట్లగును?

అం:— ఇందు భిన్నాభిప్రాయుఁడను. మనవెట్లుకావో తెలియ కుంటిని.

శం:—ఇదిగో! వినుము. తెలియఁగలదు.

చం॥ ఋషులొ మరెవ్వరో పలువు రెచ్చటనోగుమిగూడి తాముక
ల్మషమతిఁ బక్షపాతముగ లక్షల గ్రంథము వ్రాయఁగా నకి
ల్బిషములటంచు నెత్తిపయిఁ బెట్టుక పూజయొనర్ప నేర్తుమే
ఋషులకుమాత్రముండవల దే ఋజుమార్గము వాలినందనా?

ఇట్లు వ్రాయఁబడిన శాస్త్రములు మన శాస్త్రము లెట్లగును? మనకుఁగా వ్రాసిరా? మన యభిప్రాయములంగొనిరా? కాని నాఁడు మనమేల వానిచే బంధింపఁబడవలయు?

అం:—ఋషులు కల్మషమతిఁ బక్షపాతముగ గ్రంథములు చెప్పిరని చెప్పుట సాహసమని యభిప్రాయపడుచున్నాను.

శం:—కుమారా! సాహసమెట్లగును? పక్షపాతముగ వ్రాసిరో లేదో యోజింపుము.

సీ॥ చోరత్వమునుజేయు • శూద్రుండౌ యవయవ
విచ్ఛేదనము శాస్త్ర • విహితమంట
ఆదోషమునె విప్రుఁ • డాచరించినయంత
మందలింపులె ధర్మ • మార్గమంట
బ్రాహ్మణీస్నేహసం • పర్కమ్ముగల శూద్రు
నగ్నికర్పించుట • న్యాయమంట
శూద్రవనిత మరుల్ • సొక్కిన విప్రుండు
సంతాపపడుటయే • చాలునంట
ఇవియె మన ధర్మశాస్త్రము • లిందునందు
నివియెచుమ్ము నిష్పక్షపా • తైకబుద్ధి
మనకుగాఁ జెప్పిపెట్టిన • మహితములగు
గ్రంధరాజముల్ వానర•రాజపుత్ర.

అం:—సంయమీంద్రా! యేది యెట్లున్నను మనమెన్నఁడో వారి మతమును స్వీకరించితిమి, అట్టిచో—

శం:—అచ్చటాగుము, అట్లనఁజనదు. మనము వారిమతమును స్వీకరింపలేదు. పరస్పర మతసమ్మేళనమువలన నిష్పన్నమైనదీహిందూమతము, వారిది జ్ఞానయోగము, మనది భక్తియోగము ఈయోగములు రెండును హిందూమతమునకు మూలాధార ౧౦

అం:—అయినచో మన మతగ్రంధముల మనమె తూ
సమంజసమగునా? యిది విచారింపవలదా?

శం:—కుమారా! యెంత వెఱ్ఱిపడితివి. ఇవి మ రమేయిది.
ఇప్పుడే యీ స్మృతికర్తలకషకేగి, భగవద్ధ్యా ్రది?
భగవత్కైంకర్యముఁ జేయుటకును, భగ నుపేక్ష చి, నన్ని
టకును నీ కులములేమయిన నష్టపడున ంత్మకు వ్య

అం:—ఏమందురని మీ యుద్దేశ్యము?

శం:— ఇందుద్దేశ్యమేల? నిశ్చయమే. ఏకగ్రీవముగా నీశ్వరుని దృష్టియందుఁ దుల్యులని నిశ్శంకముగాఁ జెప్పెదరు.

అం:—అటులయినచో నీ స్మృతులన్నియు నిట్టులేలచెప్పిరి? కారణ మేమిచెప్పెదరు? దీన ఋషులకు లాభమేమి?

శం:—ఇదియే మనము శ్రద్ధగా విచారింపవలసినది. చెప్పెదవినుము. ఇవి సంఘనిర్మాణమునకు దీర్ఘదృష్టితోడను, నైపుణ్యముతోడను నేర్పఱచిన కట్టుదిట్టములు. ఈ శిక్షాస్మృతులే లేకున్న సంఘము చీకాకుపడి నిర్వీర్యమును దుర్బలమును నగునని నమ్మి వీనిఁ బుట్టించిరి.

అం:—స్మృతులు. మతసంబంధములగు గ్రంథములేకావా?

శం:—ముమ్మాటికినిగావు. సాంఘికచరిత్రమునకు సంబంధించినవి. ఇట్లు వివరింపకయే రెంటిని గలకలపి మనలను మతస్వాతంత్ర్య దూరగులఁజేసి మహాపాతకమును మూటఁగట్టుకొనుచున్నారు. భగవంతుఁడిట్టివాఁడని యివి బోధించుచున్నవా?

అం:—అటులయినచో స్మృతు లనవసర గ్రంథములనియా మీయభి ప్రాయము?

కుమారా! అట్లుకాదు వినుము. పరాజితులఁ దమ సంఘము నాఁడోర్చుకొనునప్పుడు జేతలుజాగరూకులైయుండుట ధర్మము.

అం:—ఋషిస్వాతంత్ర్యమును, స్వత్వమును నొసంగిన పాలితులకుఁ జెప్పుట సాధ్యోపములును, బలాబలములును దెలియును.

శం:—కుమారా! స్వచ్ఛదశకుఁ దప్పక భంగము వాటిల్లును. లేదో యోజింపుము పాలకుల యాయువుపట్టుఁ జూపించుట

రాజనీతికాదు. ఇది తలంచియే కొందఱు ఋషులు స్మృతులు రచించి సంఘమును బలవత్తరముఁ జేసికొనిరి. ఇదియే ఋషులకుఁ గల్గులాభము.

అం:— ఈసిద్ధాంతముచే మీవాదము నీరసమగుట లేదా? మనము పాలితులము కాన సమానములగు హక్కుల నిచ్చి రాజ్యతంత్రావరణమునకు దూరముగనుంచుట రాజనీతియే కదా?

శం:— అగును గాని యింకొక్క సంగతి యున్నది. ఇది రాజనీతియే, కాని మనమేనాఁడో యేకమతస్థులమై వారియాచార వ్యవహారముల నవలంబించి, సంపూర్ణముగా నార్యసంఘముతో నైకభావమును బొందితిమి, ఇట్టిమనలను బరులుగాఁ జూచుట రాజనీతికి విరుద్ధము, కాన మనమార్యసంఘముతోపాటు సమానస్వాతంత్ర్యమును, హక్కులను బొందఁదగియున్నాము. వానిని బొందుటకే మేమిప్పుడు సర్వప్రయత్నములు సేయుటకుఁ గృతనిశ్చయులమయి యుంటిమి. ఈయాశ్రమస్వీకారముఁ గావించి, హింసాపరాఙ్ముఖుఁడనై భగవద్ధ్యానముఁ జేసికొనుటకు నన్నీ ద్రావిడచర్మ మాటంకపఱచునా? ఆత్మకు నీయావరణతో సంబంధమేమున్నది? భగవంతుఁడు దీని నేలఁ నిషేధించును? నిషేధించిన భగవంతుఁ డెట్లగును? భగవంతునకు సమబుద్ధియుండదా?

అం:— మహాత్మా! సంపూర్ణవిజ్ఞానముఁ బొందితిని. నాయవివేకముఁ బ్రశ్నలమన్నింపుఁడు (సాష్టాంగనమస్కారముఁ జేయును).

శం:— వత్సా! లెమ్ము, లెమ్ము; ఇదియనుచితము (లేవఁదీయును)

అం:— మీ యీబోధలను ద్విజులువిన్న తూష్ణీంభావముతో నుపేక్ష సేయుదురా?

శం:—ఎందుల కుపేక్షచేయుదురు ? వారియాధిక్యమునకు భంగము లగుకార్యముల వారుపేక్షింతురా ? ఇదిసహజమేకదా ! మఱియు నీయభిప్రాయములన్నియు, వికసింపక మొగ్గగానున్నయపుడే గిల్లి వేయ విశ్వప్రయత్నములుసేసెదరు. ఇంతకుమున్నే ద్విజసంఘమునందుఁగలవరపాటుద్భవిల్లినది.

అం:—దేవా ! నాకొకభయముపొడముచున్నది. ఇది కలవరపాటుతో నాఁగునని నమ్మను.

శం:—ఎంతవఱకుఁబోవునందువు ?

అం:—రాజు బ్రాహ్మణాధీనుఁడు, అందు శ్రీరామచంద్రుఁడు వర్ణాశ్రమాచారముల నెలకొల్ప బద్ధకంకణుఁడు. కాన మీస్థూలశరీరమునకే యుపద్రవము గల్గునని భీతిల్లుచుంటిని.

శం:—కుమారా ! యియ్యది నేనెఱుంగకపోలేదు. అయినను శ్రీరామచంద్రుఁడు యుక్తాయుక్తవిచారణసేయక యీ యకార్యమునకు నొడిగట్టుననువిశ్వాసములేదు. దుష్టశిక్షణంబునకు, శిష్టరక్షణంబునకును నుపయోగింపఁబడుచున్నదన్న యానిశాతకరవాలంబు నిరపరాధియు, దుర్బలుఁడనునైన యొకమునికంఠముపైకెగయునా ?

అం:—స్వామీ ! శ్రీరామచంద్రుఁడొక్కఁడేయయిన నిట్టియవినీతికార్యములకుఁ దెగఁడుకాని ద్విజులు బలవంతపెట్టి చేయించకుందురా ? ఇయ్యది దుష్టశిక్షణంబు, శిష్టరక్షణంబని, శ్రీరామచంద్రునకు బోధింపరా ? శ్రీరామచంద్రుని నిమిత్తమాత్రునిఁ జేసెదరు.

శం:—శ్రీ రామచంద్రుఁడు బ్రాహ్మణులచేతిలోని కీలుబొమ్మయనియా నీయభిప్రాయము. అట్లయిన నేనుచింతింపవలసినకార్యమే

లేను. ఈశరీరంబునకు మరణంబు నైసర్గికధర్మంబు. ఇదివఱకే నిరంతరతపంబుచే, శుష్కించి, శుష్కించి, శల్యావశిష్టంబుగ నున్నది. ఈయెముకలప్రోవుపై శ్రీరాముఁడు విశ్వామిత్ర దత్తమైన ధనుష్పాండిత్యము మెఱయ నస్త్రప్రయోగముఁ గావించి కీర్తి నిబొందినఁ బొందుఁగాక, శిష్యుని లక్ష్యజ్ఞానమునకు విశ్వామిత్రుఁడు సంతసించిన, సంతసించుఁగాక, కుమారా! యింకొక్కటివిచారింపుము.

సీ॥ ఇల్వలవాతాపు • లిద్దరు పల్వుర
　　　　మనుజుల దిగమ్రింగి • రనుటయేల ?
　కుంభకర్ణాదులు, గుటగుట రక్తంబుఁ
　　　　దెగద్రావిరని చెప్పి • తెగడుటేల ?
　చేతికందినయట్టి•జీవరాసుల కబం
　　　　ధుఁడు చంపెనంచును, • నుడువుటేల?
　మత్తిల్లి తారక • మనుజాళి పల్వుర
　　　　భక్షించెననిచెప్పి, • బదరుటేల ?
　　సూర్యవంశోద్భవుం డతి • శూరవరుఁడు
　　వివరమెఱిగిన మనుజుండు• బికిరమెత్తి
　　కొనుచు జీవించునొక కృశాంగునినలోకి
　　కుని నిరపరాధు దయమాలి• గొంతుగోయ　　౧౦

అం:—అమంగళము ప్రతిహతమగుఁగాక.

శం:—ఇందమంగళమేమున్నది ? జరుగవలసినకార్యవిధానమేయిది.

అం:—అయ్యా ! యీవృథామరణమువలన లాభమేమున్నది ?

శం:—ఏమున్నదా ? శ్రీరాముఁడు ఖడ్గహస్తుఁడై చనుదెంచి, నన్నీ జపతపంబులుమాని ద్విజసేవచేయుమన్నను నాయంతరాత్మకు వ్య

తిరేకముగా దానినొనర్పఁజాలను. ఒనర్పకున్న జరుగునది యిది యేకదా! రామరాజ్యమిట్టిదియని కొన్నినాళ్లకయిన జగమెఱుంగఁగలదు. శంబుకునివధ, న్యాయమో, యన్యాయమో, నిష్పాక్షికబుద్ధితో నంతర్వాణులు నిశ్చయింతురుగాత. చావునకు భయంపడి స్వత్వమును నశింపఁజేసికొందుమా?

అం:—ఇట్టి దారుణకార్యములు జరుగకుండుఁగాక.

శం:—యువరాజా! యిప్పటికే చాలప్రొద్దుపోయినది. ఇంకేమయిన నున్నయెడల జెప్పుముచ్చటించెదము. ఇఁక నిదురింపఁబొమ్ము.

అం:—చిత్తము (నిష్క్రమించును).

శం:—గీ॥ జగముకంటివేల్పు • సర్వకృత్యములకు
సాక్షిగాఁగనన్ను • సాఁకుగాత
స్వల్పబుద్ధినగుట • సతతంబు పరికించి
మంచిమార్గమందు • నుంచుగాత ౧౧

(నిష్క్రమించును)

ప్రథమాంకము

శంబూకవధ

(ఉత్తరరామచరిత)

ద్వితీయాంకము.

—:o:—

సాకేతపురము, రఘుఘంటాపథము, బ్రాహ్మణగృహము.

(అరుగుపై నాకులు కుట్టుకొనుచు సోమయాజి కూర్చుండును.)

సో. యా:—పనే, పనే! యేమిటి యీరొద? ఎల్లప్పుడు పదిమంది వేదపాఠముఁ జేయుచున్నట్లు యిల్లంతయు మాఱుమ్రోగుచుండును.

సో. దే:—ఎప్పుడు నన్నొక్కటేవిధముగా నాడిపోసికొనుచుందురు. చైనులుగారువచ్చి మీరెక్కడనున్నారని యడుగఁగా జవాబుఁ జెప్పుచుంటిని. దానికింత బ్రహ్మాండముఁ జేయుచున్నారు.

సో. యా:—అట్లా చెప్పు. అది యీసంగతి? సరే.

చై:—(ప్రవేశించి) సోమయాజులుగారూ! అరుగుమీఁదఁ గూర్చున్నారా? ఏమిచేయుచున్నారూ యిచ్చట?

సో. యా:—ఓహో! చైనులుగారా? దయచేయండి, ఏమిచేయుట లేదండి. ఇంటిలోనిపోరుపడలేక విస్తళ్లుఁ గుట్టుచుంటి. ఈ వయస్సున నేపనిఁ జేయఁబోయినను గష్టముగనేయుండును.

చై:—(ఒకచేతితో నేలనానుకొనుచు నాత్రముతో) కొంపలన్ని కొట్టికొనిపోవుటకు సంసిద్ధముగానున్నయప్పుడు మీకీశాంతమెక్కడ

నుంచి వచ్చినదండి ?! నా కేతపురమంతయు నాగుబ్బుగాఁ జెప్పికొను చున్న సంగతులు మీచెవినిఁబడలేదా ? ఎంత శాంతము. ముసలితనము హెచ్చినకొలంది శాంతముకూడ హెచ్చుచున్నది. ఇదోసృష్టివైచిత్ర్యము.

సో. యా:—చైనులుగారూ ! మీరంతయు నొకగోల, గ్రుడ్డికన్ను మూసిననేమి తెఱచిననేమియన్నట్లు, చెవిదగ్గర శంఖమూదినను వినఁబడని నాకు నూరిలోని సంగతులు తెలియఁగలవా వెఱ్ఱిగాని!

చై:—అట్లయిన మీరు మంచియవస్థలోనే యున్నారు.

సో. యా:—(విసుగుతో) మంచో ! చెడుగో ! కాని మీరు వచ్చిన పని చెప్పరాదూ !

చై:—చెప్పుటకుమాత్రము నోరాడవలెనా ? శాస్త్రకారులమాటలప్పుడే నిజములగుచున్నవి చూచారా ? శాస్త్రకారులు తెలివితక్కువవారా ? త్రికాలజ్ఞులుకాదూ ?

సో. యా:— శాస్త్రముల యుబుసెత్తుచున్నావు మనకిప్పుడేమిమూడినది ?

చై:—ఏమిమూడినదా ? మొన్నటిసంగతి విన్నారుకదా ?

సో. యా:—గురుదాసు పేలినమాటలా ? ఆఁ వినకేమి ? తగిన ప్రాయశ్చిత్తమే యయినదికాదా ? కొఱుతవేయించినారుకదా. నీవు కంఠారఁజూచినావా ? దుర్మార్గుల శిక్షించుపట్ల శ్రీరామచంద్ర భగవానునకు దయ యనుమాట యేకోశమందయిన నుండదు సుమా !

చై:—ఈ యప్రాశ్యపుముండకొడుకులు శిక్షించిన కొలంది మొండివారగుచున్నారు, వీరు పెచ్చుపెరుగుచున్నట్లున్నది.

సో.యా:—క్రొత్తగా సిప్పుడేమి వాటిల్లినది ?

నై:–ప్రాతఃస్నానముఁజేసి, సంధ్యావందనముఁ జేసికొనుటకు వేకువ జామునసేలేచి నేఁడు కకుత్స్థఘట్టమునకుఁ బోయితిని. నాకన్న ముందుగనే యొకఁ డొడలెల్ల బూడిదపూసికొని వివిధకుసుమ పత్రసమావృతుఁడై విఘ్నేశ్వరపూజఁ జేయుచుండె. కపరకప్పర చీకటులు నలుగెలంకుల నలముకొని యుండుటచేఁ జూడక యా వినాయక విగ్రహముపైఁ బడితిని. అంత నాతఁడు మండిపడుచు నన్నుఁ దూలనాడనారంభించెను.

.యా:–సైనులుగారూ! దేవతావిగ్రహముపైఁబడుట దోషము కాదా?

నై:–దోషమేకాని, యాతఁడెవ్వఁడనుకొన్నారు? అతఁడు గురుదాసుని తమ్ముఁడఁట.

.యా:–అవురా! ఏమని తూలనాడినాఁడు?

నై:–దేవపూజా విఘ్నముగావించుట మొఱకుల లక్షణమని యేమేమియో గొణిగినాఁడు.

గో.యా:–దారితప్పిపోయినకొలంది పైపైకి వచ్చుచున్నారు. దయా దాక్షిణ్యములుమాని వీరలను దల్లివేరులతోఁ బెకలించిపాఱవేయ వలయును. రామభద్రున కీసంగతి తెలిసినదా? ఆప్తేయము లగు శాస్త్రములను ధిక్కరించి గురుధనాపహరణమునకుఁ బూనిరిగా తుచ్ఛులు. ఇప్పుడే వీనిని గొఱితవేయించవలయును. పెందలకడనే మేలుకొనుట యుక్తము.

నై:–పుండొకచోటనున్న మందొకచోటవేసిన ఫలమేమి? వీనినొక్కనిఁ దుదముట్టించిన లాభమేమి?

గో.యా:–నీవు చెప్పుచున్న మాటలు నాకర్థమగుటలేదు.

చై:—ద్రావిడులయందు నూతనశక్తి యొండుద్భవిల్లినది. ఆర్యులతో సమానస్వత్వమును గోరుచున్నారు. దీనికంతకును మూలకంద మా శంబుకుఁడు. వానిని గడతేర్చినఁగాని యీయాందోళనము సమసిపోవదు.

సో.యా:—అయితే నీవు శంబుకు నెఱుంగుదువా? వాఁడెంతపనిఁ జేయుచున్నాఁడు. తొల్లి తపోభంగమై ద్రావిడుఁడై పుట్టెనుగాఁబోలు.

చై:—ఆఁ యెఱుంగుదును. పరమసాధువు, విజ్ఞాని, పరాపకారముఁ దలపెట్టఁడు.

సో.యా:—నీమాటలు చిత్రముగానున్నవి. అట్లయినచో నిదియంతయు నేమిటి? ఎందులకు వచ్చినపని?

చై:—ప్రజలందఱు సమానముగాఁ బరిపాలింపఁబడవలయుననియు, సమానమగు హక్కులుండవలయుననియు నాతనివాదము. అందులో మతవిషయమున నీషణ్మాత్రమైన భేదముండఁగూడదని యాతని యభిప్రాయము. అందుచే నతఁడిట్లుచేయుచున్నాఁడు.

సో.యా:—అట్లయితే ఋషిప్రోక్తములగు గ్రంథములన్నియు సున్నచుట్టవలసినదేనా?

చై:—స్వత్వసామాన్యమునకుఁ బ్రతిబంధకములగు నీతులన్నియు గర్హ్యములనియే యాతని యభిప్రాయము.

సో.యా:—ఓహో! కొంపకు నిప్పు ముట్టించుచున్నాఁడే? అతఁడిప్పుడెక్కడనున్నాఁడు?

చై:—మన పట్టణంబునకుఁ బరిసరంబుననే సరయూనదీతీరమునఁ జిదానందాశ్రమమని పేరువెట్టుకొని యొక యాశ్రమము నిర్మించుకొని తపస్సుఁ జేసికొనుచు, నప్పుడప్పుడు శిష్యులకుఁ దత్త్వోపదేశముఁ గావించుచుండును.

సో:—(మండిపడుచు) ఏమి! తపస్సా? శూద్రుఁడు తపస్సా? శిష్యుల కుపదేశములా? ఏమి వింత? రామరాజ్యములోనే యిట్టివింతలా? ఇప్పుడు మనము చేయవలసినదియేమి? వెంటనే నిశ్చయింపుము.

చై:—వీని నీవైపుల లేకుండఁ జేసినఁగాని యీగండరగోళము మానదు.

సో.యా:—ఈవైపులనేమిటి? వెనకవచ్చువారికి మఱల నొకనసియా? ఈలోకమున లేకుండఁగనే చేయవలయును. సరే నడువుము నేనుగూడ వచ్చెదను. రామభద్రునికడకు వెళ్లెదము.

చై:—తొందరపడకుఁడు, ముందుగా వసిష్ఠులవారి కడకుఁబోయి వారితో నాలోచించి కార్యము నడపెదము.

సో.యా:—సరే మంచి యూహే, నడువుము; ఈ విస్త్ళ్ళింటిలోఁ బడవేసివచ్చెదను. (నిష్క్రమింతురు.)

(శ్రీరాముఁడు, హనుమంతుఁడు, అంగదుఁడు ప్రవేశింతురు)

శ్రీ:—అంగదా! చిరకాలమునకు మమ్ము దర్శింపవచ్చితివి. వానర సార్వభౌముఁడు సుఖముగ రాజ్య మేలుచుండెనా? మమ్మేమయినఁ దలపోయుచుండునా?

అం:—దేవా! హాసాదు, మీయాజ్ఞాబద్ధుఁడైకాదా కిష్కింధాపురమున వానర సార్వభౌముఁడు రాజ్యముఁ జేయుచుండుట? మిమ్ముఁ దలంపని నిమిషమొక్కటియయిననుండునా? అందు సుగ్రీవసార్వభౌముఁడు మిమ్ముఁదలంపకుండునా? ఆమరణాంతము కృతజ్ఞుఁడనై యుండఁదగిన సాహాయ్యముచేసితిరని చెప్పుచుండును.

హ:—(తనలో) ఏమి యువరాజు మాటలు వ్యంగ్యప్రధానముగా నున్నవి. ఏలాకో వీని చర్యలనుమానాస్పదములుగాఁ గన్పట్టుచున్నవి.

శ్రీ:—కుమారా! అంగదా!! మేముచేసినది కడునల్పకృత్యము సుమీ. మీపినతండ్రి మిగుల ప్రబుద్ధుఁడగుటచే మాయందుఁ గడుంగడుఁ గృతజ్ఞుఁడై యున్నాఁడు.

అం:—(తనలో) నిజముగ నల్పకృత్యమే (ప్రకాశముగా) దానికే రేయింబవళ్లాంతరంగికులతోఁ జెప్పికొని యువ్విళ్లూరుచుండును. దేవరవారికి నాకస్మికముగా వాటిల్లిన యాపత్తునకుఁ గుందికుంది వెంటనే నన్ను మీకడకంపెను.

శ్రీ:—అంగదా! తీరరానియిక్కట్టే కాని,

సీ॥ కాక పక్షంబులు • గల్గని పసినాఁడె,
దేశముల్ ఋషితోడ • దిమ్మదిరిగి
కనులలోఁ బెట్టుక • యనుకంప సాకిన
పితృమరణంబుచే • వెగటుచెంది

కడలేని యడవులఁ • గాల్నడతోడ ని
ల్లాలితోడుత నడ • యాడియాడి
కడుఁగ్రొవ్వి కన్నులు • గనక రావణుఁడు చే
సిన పరాభవ ముచేఁ • జవికి చివికి
యుండినను ధర్మసంస్థాప • నోచితంబు
లైన యట్టి కార్యముపట్టు • లందు జంక
మెపుడు రవ్వంతయేని యే • మేని పెద్ద
దిగులు గొల్పెడు కష్టమే • తేరనున్న. ౧

కాన రాజధర్మ పరిరక్షణంబుకై యర్ధాంగిని గారాని యడవుల కంపినందులకై పరితపింపము.

హ:—దేవా! మీరనునది నిజమేకాని యొక్కసంగతి మాత్రము విచారింపవలసియున్నది.

సీ॥ కన్నవారలనెల్లఁ • గడకుఁ ద్రోసి మహాత్మ!
భవదాశ్రయముఁగోరి • వచ్చెనయ్య
అక్కటక్కట యసూ • ర్యంపశ్యయయ్యు మీ
తోడునీడవలె న • ల్లాడెనయ్య
పలలాశికొని పోవఁ • గలయందు సైతము
రేఁబవల్ మిము సంస్మ • రించెనయ్య
మీసంశయము తీర్చ • నాసతోఁ దెగమండు
సొదనెక్కి కమలక • బ్రదికెనయ్య
గీ॥ అట్టిసాధ్వీమతల్లి మా • యమ్మ మూఁడు
లోకములతల్లి యక్కటా • లుబ్ధకాళి
పంచఁజేరినఁ బక్కునఁ • బగిలి నాహృ
దయము చావనైతినిగదా • తక్షణంబు ౨

శ్రీ:—ఆంజనేయా! వెక్కియేడ్పులేడ్చుచున్నావు. మేము విధించిన దండనచే మేము దోషముఁజేసితిమనియా నీయుద్దేశ్యము

హ:—నే ననఁజాలనుగాని, మాయమ్మమాత్ర మాదండనకు నర్హురాలు కాదని యెఱుంగుదును.

శ్రీ:—అయిన మేముదోషముఁ జేసినట్లేకదా! దీని నిదివఱకేల చెప్పకపోతివి?

హ:—చెప్పనందులకు నామనస్సాక్షి నన్నుఁబీడించుచునేయున్నది. ఇన్నిదినములనుండి నేను గంటఁగూర్కెఱుఁగుదునా? మొన్న యాజగన్మాత స్వప్నమునఁదోఁచి కనుకొలుకులనుండి వేడికన్నీరు కాల్వలైపాఱుచుండఁ గొనగోటఁజిమ్ముచు డగ్గుత్తికతో "కుమారా! యకలంకమయిన నాచారిత్రమును, దుర్మార్గులకు దుర్జ్ఞేయమైన నాపాతివ్రత్యమును, నీవెఱుంగవా?" యనెను నేనులికిపడి తల్లీ! యెఱుంగకేమి? ఈదీనుఁడు మీసన్నిధానముననిల్చుటకయిననర్హుఁడాయంటిని. అట్లయినచో "శ్రీరామచంద్రునితోఁజెప్పి యేల వారిసంశయములను దీర్పవ"నియెను, తల్లీ! తల్లీ!! జగన్మాతా!!! నేనసమర్థుఁడను, నేనసమర్థుఁడను. అమ్మా! నేనెవఁడను? ఆమహానుభావునకు నొకసామాన్యసేవకుఁడను, నామాటయందు వారికి గౌరవమెట్లుదయించు నంటిని! కుమారా! నీవు చెప్పునదియు నిజమే. రారాని పోరాని యడవులలోఁబడవలసిన యిడుములకు బీతువడను. అన్యాయంబుగ నామెడకుఁదగిలించిన యీ"నిరాపనింద" నెట్లుపాపుకొందునాయని దురపిల్లుచుంటిని. ఇఁకనెవరునాదిక్కు! మరల మిమ్ముఁజూడఁగల్గుదునో లేదోయని యంతర్ధానమయ్యెను. నాఁటనుండి నాకు నిద్రాహారములు రుచించుటలేదు.

శ్రీ:—ఓయీ! హనుమంతా! నీవుసూర్యవంశపు పరువుమర్యాద లెఱుఁగనట్లు మాటాడు చున్నావు.

హ:—ఎఱుంగకేమి మహాత్మా! ప్రాకృతజనంబులాడు మాటలు పాటించి వంశము కలంకము పాలగునని తలంచి, నిరపరాధినియు సాధ్వీమతల్లియునగు మాయమ్మను హేయమగు నిందపాలు సేయుటుచితమో? నేనెఱుంగనా? నాఁడశోకవనమధ్యంబునమలిన జీర్ణాంబరములతోడను, సంస్కారశూన్యములగుటచే జడలుగట్టిన శిరోజములతోడను, దివారాత్రములు హా రామ, హా రామ; యనుచు మిమ్ములధ్యానించుట, అట్టి తల్లికా యిట్టివాదు? త్రేతాయుగలక్షణము కాఁబోలు.

అం:—దేవా! మేము చెప్పునంతటివారము కాముగాని సీతామహాదేవి వనవాసముచేత సూర్యవంశమున కపకీర్తిగాని కీర్తిరానేరదని నాతలంపు.

శ్రీ:—(నిమీలితనేత్రుఁడై విచారించి) అంగదా! నీవాక్యములయందు సత్యము లేక పోలేదు. కాని“జనవాక్యమ్తు కర్తవ్యమ్” అను పల్కులఁ బాటింపవలసిన వాఁడనైతిని.

హ:—దేవా! యీనానుడి మాబోటి ప్రాకృతజనంబులకుఁ గాని మీవంటివారికిఁగాదు.

శ్రీ:—ఆంజనేయా! నీవుకూడ నానింద మానెత్తిపై నే పడవేయుచున్న వాఁడవా?

(ద్వారపాలకుఁడు ప్రవేశించి) మహాప్రభూ! వసిష్ఠులవారు తమ సందర్శనార్థమై వచ్చినారు. ఏమిసెలవు?

శ్రీ:—ఇంతకన్నను గావలసినది యేమున్నది! వెంటనే తోడ్కొని రమ్ము.

వసిష్ఠుడు, బ్రాహ్మణులు ప్రవేశింతురు. శ్రీరామచంద్రుడు పీఠము డిగ్గి సూర్యవంశోద్భవుడును, శిష్యుడునగు రామభద్రుడు నమస్కరించుచున్నవాడు.

వ, బ్రా:—వర్ణాశ్రమాచారపరిరక్షణసామర్థ్యమస్తు.

హ:—రామభద్రుని సేవకుడు హనుమంతుడు నమస్కరించుచున్నాడు.

వ, బ్రా:—పుత్రపౌత్రాభివృద్ధిరస్తు.

అం:—(తనలో) మా హనుమయ్య యెంత యదృష్టవంతుడు: పెండ్లియు బెండ్లమును లేకుండగనే బిడ్డలమీద బిడ్డలను బొందబోవుచున్నాడు. ఇందులకు సంశయమేల? బ్రాహ్మణులమాట తప్పిపోవునా? (ప్రకాశముగా) కిష్కింధాపుర యువరాజంగదుడు నమస్కరించుచున్నాడు.

వ, బ్రా:—(తేఱిపాఱజూచి యాశీర్వదింతురు.)

శ్రీ:—ఇదిగో! యిందు దయచేయుడు. (అందఱుపవిష్టులగుదురు)

వ:—రామభద్రా! మనోవ్యాకులములేకుండ రాజ్యము బరిపాలించుచుంటివికదా? క్రొత్తచింతలేమియు లేవుకదా?

శ్రీ:—మీ యాశీర్వాదబలమువలన ధర్మానుష్ఠానపరుడనై ప్రజలు సంతుష్టి బొందునట్లు రాజ్యము చేయుచునే యుంటిని. జగద్గురువులయిన మీరు మాయెడ బరిపూర్ణకటాక్షముగల్గియుండ, బాలనయందు గొఱతేమియుండును?

బ్రా:—దేవా! సూర్యవంశము సాకేతపురసింహాసనమునందున్నంత కాలము మాబోటి వైదికులకు గొదవలేమియుండవు. కాని (అని యాగును)

అం:—(తనలో) యీ ముదుకండేదియో కైలాటముఁ దెచ్చిపెట్టుటకు యత్నించుచున్నాఁడు. శాంతముతో వినియెదను.

వ:—సైనికులుగారూ! మీరు కొంతతడవు ఆఁగకుండుఁడు. (రామునికి నమస్కరించును)

శ్రీ:—హనుమంతా! అంగదుఁ డలసియున్నాఁడు. యువరాజును విడిదలకుఁ గొంపోయి సత్కారములను గావింపుము.

హ:—అంగదా! మనము విడిదలకుఁ బోదమురమ్ము. (ఇరువురును బయలు దేరుదురు)

అం:—(తనలో) ప్రజ్ఞకులోపమా? సైనికమునందుఁగాక లౌకికమునందుఁగూడ వసిష్ఠులవారసాధారణులే, మేమేమియో వినిపోదమనిచెప్పి యీమిషచే మమ్మావలకుఁ బంపుచున్నాఁడు. అయినను జిత్రము చూచితీరవలయును. (హనుమంతునివైపు తిరిగి) యాంజనేయా! యిది నీవు రామాయణము నిర్మించుటయందుఁ బడ్డ శ్రమకుఁ బ్రతిఫలము గాఁబోలు.

హ:—అంగదా! యింకను నీకుఁ జిన్నతనము వదలలేదుగా! ఆర్యులను దిరస్కరింపఁగూడదు.

అం:—ద్రావిడులను దిరస్కరింపవచ్చునా?

హ:—కొంటెమాటలను మాని యిటువినుము. మనము సామాన్య సేవకులము, రాజులు రాచకార్యములను బహిరంగముగాఁ జర్చింప నొల్లరు.

అం:—అవును మనము సామాన్యసేవకులమే. అందు ముఖ్యముగా నీవు కిష్కింధాపురము వదలినప్పటినుండి సామాన్యసేవకుఁడవే

మైతివి. లేకున్న నిక్కడికేల వచ్చెదవు? దీనికేమిగాని ముక్కు మూసికొని తపముఁ జేసికొను నాబాపనితో రాజకార్యము లేముం డునా యని వెఱుగుపడి యిట్లంటిని. ఇందుఁ దిరస్కరణ మేము న్నది? అయినను మనము సామాన్యసేవకులముగదా, మనకేల? పోదము రమ్ము. (నిష్క్రమింతురు.)

వై:—(జనాంతికముగా వసిష్ఠునితో) యీ నూతనజాడ్యము కిష్కింధా పుర యువరాజునకుఁ గూడ సోఁకినట్లున్నది.

వ:—అనుమానముపడియే నేను వానిని నావలకంపు నుపాయముఁ జేసి తిని. (శ్రీరామునితో) రామభద్రా! కర్తవ్యాంశమునకు వత్తము.

శ్రీ:—చిత్తము. గురువుగారి వాక్యములు వినుటకు సిద్ధముగనే యుం టిమి. సెలవిండు.

వ:—ఇప్పుడు క్రొత్తక్రొత్తగాఁ బ్రజలయందు రగులుచున్న కలవర పాటు నెఱింగితివా?

వై:—ప్రజలయందుఁ గాదు, ద్విజేతరులయందు.

వ:—ద్విజేతరులయందేమి? వారిని సదమదించుటకు ద్విజులయందు మాత్రము లేదా?

శ్రీ:—మేమంతగా నెఱుంగమే. దేవా! యదియేదియో సెలవిండు.

(అంగదుఁడు గాంధర్వవిద్యచేఁ బ్రవేశించి యదృశ్యుఁడై యొక మూలడాగి శ్రీరామ వసిష్ఠుల సంభాషణము వినుచుండును.)

వ:—శ్రీరామచంద్రా! రాజనై యుండియు, వేగులవారిమూలమున రాష్ట్రరహస్యములఁ దెలిసికొనుచుండుట లేదా? ఎంతమాట?

అం:—(తనలో) శ్రీరామచంద్రుఁడు నాఁడు చాకలివాని యింటిగుట్టు

తెలిసికొనుటచేఁగల్గిన యగచాట్లకుందుచే మరల వట్టివనికిఁ బూనుకొనఁడనినాతలంపు.

శ్రీ:–దేశికేంద్రా! యకస్మాత్తుగా సంభవించిన భార్యావియోగ దుఃఖముచే మతిచెడి రాజకార్యములయందుఁ బ్రమత్తుఁడనై యున్నాఁడను.

వ:–సూర్యవంశమునందుద్భవించిన నీవలన నెట్టిమాటలు వింటి. నీవు ధీరోదాత్తుఁడవు; ఇట్లు కుందఁదగునా? యిట్లాడఁదగునా? ఎన్ని సంకటములుసంభవించినను రాజధర్మమును నెఱవేర్చుటవిధికాదా?

శ్రీ:–సూర్యవంశపు పరువుమర్యాదలను నిల్పుటకే యీ యగచాట్లను ధైర్యముతో ననుభవించుచుంటిమి.

వ:–నీవీశ్వరాంశసంభూతుఁడవు, కానఁ బ్రాకృతజనంబులట్లు మాటాడఁ జనదు. ఈ విషయమున వాల్మీకమహాముని యభిప్రాయమును వినియుండలేదా? ఈశ్వరావతారమని చెప్పుచున్నాఁడు.

అం:–(తనలో) ఇటు వాల్మీకరామాయణమునువిన్నాఁడు; అటుపాను ద్రామాయణమును విన్నాఁడు. కాని శ్రీరామచంద్రుఁడు తానింకను మనుష్యమాత్రుఁడో, యీశ్వరుఁడో నిశ్చయించుకొననట్లున్నది. ఒకవేళ రెండునుగాక త్రిశంకుతాతగారి స్వర్గవాసియేమో?

శ్రీ:–దేవా! క్షమియింపుఁడు. మనుష్యరూపముతోనున్న మేము మనుష్యులట్ల చరియింపవలదా?

వ:–శ్రీరామచంద్రా! నీవు సార్వభౌముఁడవగుటంజేసి రాజధర్మమును విధ్యుక్తముగా నెఱవేర్పవలసియున్నది.

చై:–(తనలో) ఆకోతిముండకొడుకేదిరో మందుపోసినట్లున్నది.

వాని మొగము జూచినప్పుడే నాకనుమానము గల్గినది.

అం:—(తనలో) తాతగారూ! నాకు మంచిబిరుదే యిచ్చితిరి. అదియే నిజము కావలయు.

శ్రీ:—చిత్తము! మీయాజ్ఞాబద్ధులము.

వ:—అటులయినచో రామభద్రా! యిటువినుము, నీవు రాష్ట్రిసమాచారము లెఱుంగకుండినను, మేముమాత్ర మెఱుంగకుండజాలము. సాకేతపుర రాజ్యశ్రేయస్కాములమయిన మేము దానిపట్ల ప్రాణములయిన విడుతుము. నేడయోధ్యాపట్టణమంతయు గుసగుసలతోడను జిటచిటలతోడను నిండియున్నది.

అం:—(తనలో) ఏమిచెపుదూ! వసిష్ఠుతాతగారి యవ్యాజపరోపకారశీలత వెల్లివిరియుచున్నది.

శ్రీ:—కారణమేమి?

వ:—కారణమా! ఎన్నడయిన వినియుంటివా శంబుకుని పేరు?

శ్రీ:—మాకర్ణతాడితమైనట్లు కన్పట్టదు.

వ:—నేటిదనుక మేమును వినియుండలేదు.

చై:—అట్టియల్పుడే యీగుసగుసలకన్నిటికిని మూలకారణము.

వ:—ఇతడనార్యుడు, అనగా ద్విజేతరుడు, అనగా ద్రావిడుడు, అనగా మనస్మృతులు పేర్కొన్న శూద్రుడు.

చై:—(సంతోషమునుబట్టజాలక తనలో) ఆహా! పూర్వసముపార్జితమైన విద్యనంతయు నుపయోగపఱచుచున్నారు వసిష్ఠులవారు. సమయమునకక్కఱకు రానిచదువు చదువా?

అం:—(తనలో) వసిష్ఠులవారంకటిని గలగూరగంపచేసినారే,

శ్రీ:—అయిననేమి ?

వ:—ఏమియులేదు, శాంతముతో వినుము, త్రికాలజ్ఞులును, లోకాతీతులును, ప్రజ్ఞాచక్షువులునయిన తొల్లింటిఋషులెల్ల వీరికి జపతపంబులు నిషేధించిరి.

శ్రీ:—జపతపంబులనఁగా భగవద్ధ్యానమేకదా ?

వ:—అగును. భగవద్ధ్యానమే వీరికినిషేధించి యార్యులగు ద్విజులకు సేవఁజేయ శాసించిరి.

శ్రీ:—ఋషులు మేలుకార్యమునే చేసిరి.

వ:—ఇంతియకాదు, స్మృత్యనుసారముగా వర్ణాశ్రమాచారములను నిల్పి కాపాడుభారము క్షత్రియులందుంపఁబడినది. సూర్యవంశ్యులగు క్షత్రియులెల్లరు ఋషులయాదేశమును గ్రహించి పాటించి నేఁటిదనుక రాజ్యపరిపాలనంబుఁగావించిరి.

శ్రీ:—నేఁటిదనుకయనుచుంటిరి, మేమును మాపూర్వులు పోయిన పుంతనే పోవబద్ధకంకణులము.

వ:—అట్లయిన వినుము, నేఁడీశంబుకుఁడు సాకేతపురమున కతిసామీప్యమున నొకయాశ్రమము నిర్మించికొని, ద్విజేతరులనుండి శిష్యులనుగ్రహించి స్మృతులను ధిఃకరించి వారికిఁ దత్త్వోపదేశముఁగావించుచున్నాఁడు. అంతటితో విరమింపక, పట్టణములకును బక్కణసీమలకును ఛాత్రులనంపి యార్యులతో సమానస్వత్వము కలదని శూద్రులకు బోధింపించుచున్నాఁడు.

శ్రీ:—మాప్రజలకెల్లరకు సమానములగు హక్కులుండుటుచితమే కదా

వ:—ఉచితమే స్మృతిసమ్మతమున్నంతవఱకు.

శ్రీ:—చిత్తము.

వ:—అందుచే నీపట్టణంబున, నీసాకేతంబున గర్వగ్రస్తులై శూద్రులు బ్రాహ్మణులను దిరస్కరించుటయేకాక వేదాధ్యయనంబునకుఁ గూడఁ గడంగుచున్నారు.

శ్రీ:—ఇప్పుడు మాకేమియాదేశము ?

వ:—ఈదేశమునీదికాదా ?

శ్రీ:—మాదియే.

వ:—అటులయిన వర్ణాశ్రమాచారములను నిల్పనొల్లవా ?

శ్రీ:—నిల్పబద్ధకంకణులము, గాని మమ్మేమిచేయమందువు ?

వ:—నీరాజ్యమునకు రానున్న యీప్రమాదమును, నీముప్పును వైశమ తొలగింపవా ?

శ్రీ:—దానికి సందియమేల ? నేఁడే వర్ణాశ్రమాచారముల ధిక్కరించి విచ్చలవిడి వర్తించువారల నిష్ఠురదండనపాలుచేసెదనని శాసనము ప్రచురించెదము.

వ:—ఇట్టిశాసనమువలన నుపయోగములేదు. ఇది తాత్కాలికోపశమనముగల్గఁజేసినఁ గల్గఁజేయును. కాని శాశ్వతముగా నీయుపద్రవమును దప్పింపఁజాలదు. ద్రావిడులందుద్భవించిన యీయావేశమును మీశాసనమప్పటికి నణచిపెట్టినను, లోన గుమిలిగుమిలి యెన్నటికయిన బయల్వెడలకమానదు. ముందు మేల్కొనుట మేలు. ఒకరినిర్వురంబట్టి శిక్షించిన నుపశమిల్లునని తోఁచును.

శ్రీ:—ఎవ్వరికి నేశిక్షవిధించమందురు ?

వ:—ఎవ్వరిని శిక్షించిన నేమిలాభమున్నది ? సామాన్యదండనమువలన మాత్రమేమియుపయోగమున్నది ? ఈమతద్రోహులగురువునుం

బట్టియే మరణదండన విధించవలయును. ఇయ్యది కఠినశిక్షయని తలంపరాదు. ఇరుపక్షములవారి మేలుకొఱకే. అవయవముల యందొక్కటి దుష్టమయినదానిని ఖండించివైచుట వైద్యునకు విధి. ఇందు వేఱొండు తెఱవు లేదు.

శ్రీ:—(నివ్వెఱగంది, కొంచెము విచారించి) మీరీమాటలు చెప్పనుదగదు మేము విననుదగదు. వేయేల? వినఁజాలము. దుష్టశిక్షణంబున నాఱితేఱిన యీహస్తము నిరపరాధుని ద్రుంపఁజాలదు.

వ:—నిరపరాధుఁడనుచున్నాఁడవు. స్మృతి ధిక్కారముఁజేసి మతద్రోహముఁగావించిన నీచుఁడెట్టిదండనకయిన నర్హుఁడే.

(హనుమంతుఁడు ప్రవేశించి యదృశ్యుఁడై యంగదుఁడు కూరుచున్న స్థలమునకుఁ గూరుచుండఁబోవును.)

అం:—(తొలఁగి తనలో) పాపము మాహనుమన్నకుఁ గద్దుకనఁబడుట లేదు. ఇది బ్రాహ్మణభక్తికిఁ బ్రతిఫలముగాఁబోలును.

శ్రీ:—అటులయినచో మేము శంబుకుని సన్నిధానమునకరిగి యాతఁడొనర్చుచున్నది మతద్రోహమని నచ్చఁజెప్పి మంచిమార్గమునఁ బెట్టెదము.

వ:—మేమిదివఱకే యతనితో ముచ్చటించియుంటిమి. అతఁడు మా మాటలను బెడచెవులనుబెట్టుటయే కాక యనార్యులకుఁగూడ మతమునందు సమానమగు స్వత్వమున్నదని తర్కించి, ప్రాణము నయిన వీడుదునుగాని యంతరాత్మకువ్యతిరేకముగా నారబ్ధకార్యములను విసర్జింపనని మొండిపట్టుపట్టి ఖండితముగాఁజెప్పినాఁడు. అందుచేతనే మీసన్నిధానమునకువచ్చితిమి.

శ్రీ:—ధర్మమాహాత్మ్యములు మాబోంట్లకు దురవగాహము. అయినను

నింతకుమున్న నావ్యాలు కూడ బ్రహ్మత్వముగ జెలుగించినట్లు విన్నారము. శంబుకుని వాక్యములయందు మతద్రోహబుద్ధి యున్నట్లు కన్పట్టెడి.

వ:—రామచంద్రా! పొరబడుచున్నాఁడవు. నీవు చెప్పునవి కృతయుగమునాటికథలు.

శ్రీ:—అయ్యా! యుగనియముచే స్వత్వముఁ కూడ మారునా?

వ:—దానికింకను సంశయమేల?

శ్రీ:—అట్లయిన నీవిషయమున జక్క విచారణముఁ జేయవలయును. అనాలోచితముగాఁ గార్యము నుజేయఁజాలము. క్షమింపుఁడు

హ:—(తనలో) శ్రీరామభద్రుఁడు సత్యము నే పల్కుచున్నాఁడు.

శ్రీ:—(ఆలకించి) ఎక్కడనుండియో రోదనధ్వానములు వినవచ్చుచున్నవి.

ద్వా. పా:—(ప్రవేశించి) బ్రాహ్మణుఁడొక్కఁడా క్రందనముఁ జేయుచు మొగసాలకడ నిలువంబడియున్నాఁడు. ఏమి సెలవు?

శ్రీ:—వెంటనే లోనికిఁ గొనిరమ్ము.

ద్వా:—చిత్తము (నిష్క్రమించును) (బ్రాహ్మణుఁడొక్కఁడొక్క బాల శవంబుతో బ్రవేశించి యార్తముతో రామునుద్దేశించి)

బ్రా:—చం॥ ఇనకులపర్యుఁడౌ రఘునరేంద్రుని దొట్టియు నేటిదాఁక నుర్వి
జనకులుగల్గఁ బుత్రకులు • చచ్చుటగానము సీతలాటమం
దున ఘనకీర్తిఁగాంచెను • తోఁచదు రామభద్రుఁడేనండ్రొ
యెచ్చటో
తనమత ధర్మముల్ విడచి • తప్పుపథంబునఁ బోవఁబోలెడిన్ 3

ఉ॥ ఓరఘురామ! కట్టెదుట • నున్నది బాలశవంబుఁ జూడు మీ
పాలుల బ్రోవలేని నర • పాలకు లేటికి? మీదుపూర్వులె

వ్వాగలు విప్రభక్తి పరి • వర్జితులెన్నఁడుఁగారు గావునన్
బాలుని బిడ్డకిచ్చెదవొ ప్రాణము! శాపము నే గ్రహింతువో! ౪

అం:—(తనలో) ఏమీ వెకరింపు; తన బిడ్డను బ్రదికించుకొనలేని యీపాఱుఁడు శాపము నిచ్చునఁట, ఏమనియెా!

వ:—అకాల బాలమరణాదందహ్యమానుఁడవైన యీ యదృష్టహీనుఁడా చక్రవర్తిని దూలనాడకుము.

బ్రా:—వసిష్ఠులవారా! దుఃఖమున మునిఁగిన నేను మిమ్ముఁజూడఁజాలక యపచారమును జేసితిని. నమస్కారము. శాస్త్రవిహితముగా రాజ్యమేలఁజాలని చక్రవర్తిని దూలనాడకేమి చేయఁగల్గుదును?

శ్రీ:—ఓభూదేవా! బ్రాహ్మణ ధర్మముగాని యీకోపమేలపూనెదవు? వాటిల్లిన యాపత్తు సవిస్తరముగాఁ దెల్పిన నదితీర్ప శ్రీరాముఁడు సంసిద్ధముగానున్నాఁడు.

బ్రా:—ఇతఁడు నాబిడ్డఁడు, లేకలేక కన్నసంతానము. నేఁడకస్మాత్తుగా మరణించెను. కారణము మీరే యరయుఁడు.

అం:—(స్మృతి నభినయించి యక్కజపాటుతో) ఔరా! ఔరా! యేమి యీకుట్ర! ఏమి యీతంత్రము! ఏమి యీధర్మకౌశలము! ఇప్పుడంతయు నర్థమయినది; వసిష్ఠులవారెంత తంత్రజ్ఞులు మొన్నసాయంకాలము, వసిష్ఠులవారశ్వనీ దేవతలతో గుసగుసలు వోవుటకు, గారణమిదియా! భూదేవులాకాశదేవులొక్కటైరి. ఇఁక శంబుకునికిఁ బ్రాణములు దక్కుటెట్లు? అశ్వనీదేవతల సాహాయ్యమున నీకుఱ్ఱవానిని మూర్ఛపోఁగొట్టి శంబుకుని తపముచే మరణించెనని చెప్పవచ్చిరి. ఎంతపొరపాటుఁ జేసితిని.

మాసుపుత్రుని తాతగారిని దీసికొనివచ్చిన యెడల నేదియో విఱుగుడిచ్చి లబ్ధప్రజ్ఞునిఁ జేయకుండునా! కట్టా యిప్పుడు నేనేమి చేయఁగలను. ఎంత మోసము. అయినను శ్రీరామచంద్రుఁడేమి చెప్పునో వినియెద.

శ్రీ:—మహాత్మా! యిట్టి బాలారిష్టము దేని వలనఁ గల్గెనో సెలవిండు

వ:—(దీర్ఘముగా విచారించి)

శ్లో॥ యస్యరాష్ట్రే నృపాలస్య। తురీయశ్చతపోధనః
తత్రతద్ధ్యాన్ భవత్యేన। విప్రబాలస్యమారణమ్।

శ్రీరామచంద్రా! యింకను సంశయమేల? ఏరాజు రాష్ట్రము నందు శూద్రుఁడు తపస్సుఁ జేయుచున్నాఁడో యచ్చటనే యకాలముగా విప్రబాలురకు మరణము సంభవించి తీరునని స్మృతి వాక్యము చెప్పుచున్నది. ఇంతకన్నను మనకేమి తార్కాణము గావలయును?

హ:—(వినయముతో) దేవా! మీవాక్యములు మాకుఁ బరమప్రమాణములు. సందేహింపవలసిన యగత్యములేదు కాని యొక్క సంగతిని దెలియఁగోరుచున్నాఁడను.

అం:—(తనలో) కట్టకడకు మాహనుమయ్యకుఁగూడ నేదియో సందియము పొడకట్టినది. తఱుముగాఁ దఱుముగాఁ బ్రాణరక్షణకయి గోడ్రాయయినను నెదురుతిరిగి పోడుచునన్న సామెత యబద్ధమగునా?

శై:—(కోపముతో) ఆంజనేయా! వసిష్ఠులవారేల? నేనే సమాధానముఁ జెప్పెదను. ఆసందియమేదియో తెల్పుము.

వ:—ఎవరయిననా కేమి స్వామీ, "అవశ్యమనుభోక్తవ్యమ్ కృతమ్ కర్మశుభాశుభమ్" అను వాక్యముఁ జొప్పున శూద్రుఁడెవండేని

యాత్మకులధర్మముల విసర్జించి, ద్విజహితమ లగు కర్మముల నాచరించినయెడల నచ్ఛూద్రుడు పాపాగ్నిదగ్ధుడుకాడయ్యను గాని ద్విజశిశువునకు రణించుటెట్లు తటస్థించును? ఇటులయినచో ద్విజేతరులు తపంబుజేసినయెడల ద్విజులు నామమాత్రావశేషు లగుదురుగా? అధర్మమాచరించుచున్న పశ్యతోహరుని మహాపాప ముచే నెచ్చటనోయున్న పరులు నశింతురుగా? పాతకులను దమ పాపములు బాధింపవా? అజ్ఞుడనగు నాకేమియు దోచుటలేదు.

అం:—(తనలో) మాహనుమన్న యెంతవాడైనాడు? వేదాంతము వెలిగించుచున్నవాడు. దొంగకు నీతులా?

వై:—ఆంజనేయా! శ్రమపడి ప్రశ్నవేగితివి కాని నీకు శాస్త్రచర్చ చేయునధికారము లేదెఱుంగుదువా? మాబోంట్లు ధర్మ సూక్ష్మ ములను నీకు జెప్పనుదగదు, నీవు విననుదగదు.

అం:—(తనలో) మాహనుమయ్య తలతిక్కవదలినట్లున్నది.

హ:—అయ్యా! మాకెందులకు జెప్పగూడదో యిప్పుడు తెలి సినది.

వ:—(రామునుద్దేశించి) వింటివా రాఘవరామచంద్రా యాశ్రమసాం కర్యంబున గల్గు దుర్నయములు? మనము విన్నదానికిని నేడు కన్నదానికిని సరిపోయినది. ఇది తప్పక శంబుకుని తపశ్చరణ ఫలితముగా నోపు. నిర్నిమిత్తంబుగ నిట్టివి గలుగవు.

అం:—(తనలో) ఇంక నేనిచ్చట నిలువజాలను. మానవు డెట్టికార్య ములను జేయగలడో నేడు తెలిసినది. (నిష్క్రమించును.)

శ్రీ:—మునీంద్రా! నామన బింకను సంతృప్తి పడకున్నది. నిర్జనమైన యరణ్యసీమ తపంబు జేసికొనుచున్న శంబుకునకును నీబాలమర

ణంబునకును గార్యకారణ బాంధవ్యంబు గుర్తింపఁజాలకున్నాఁడ.

వ:—మనమిప్పుడు సేయుచున్న కర్మమునకు నుత్తర జన్మమునకును సంబంధబాంధవ్యములెట్లు చెప్పెదవు? కొన్ని యెడలఁ గార్యకారణ సంబంధమూహింపఁదగినది. అదియుంగాక వంశగురువు నగు నేను చెప్పుచున్నాఁడను. ఋషిప్రోక్తములగు శాస్త్రములను జూపించుచున్నాఁడను. ఇంకను సంశయమేల? నాఁడపర బ్రహ్మయగు విశ్వామిత్ర వాక్యములయందు విశ్వాసముంచి తాటకిని వధింపలేదా?

హ:—(తనలో) క్రమక్రమముగా నెత్తిపొడుపులోనికి దిగుచున్నదే తాతగారిపని.

శ్రీ:—స్వామీ! యదినరహంత.

వ:—(ఆత్రముతో) ఇతఁడు బ్రాహ్మణహంత. స్మృతి ధిక్కారముచే బ్రాహ్మణవధఁజేసినాఁడు. ఎవ్వరెక్కుడు పాపకర్మలో యోజించుకొనుము.

శ్రీ:—ఇది నిజమయినచో వెనుదీయను.

వ:—నిజము కాకేమి? లెమ్ముకీర్తికాముఁడవుకమ్ము.

హ:(తనలో) నిరపరాధునిఁజంపి శ్రీరామచంద్రుఁడు యశస్వికావలసి వచ్చెనుగా.

శ్రీ:—మీవాక్యములఁ బ్రతిఘటింపఁజాలను. మీయాజ్ఞను నెఱవేర్చెద.

హ:—(తనలో) తఱచిట్టికార్యములు నానెత్తినే పడుచుండును. శ్రీరామచంద్రుఁడు నన్నీపనికి మాత్రము నియోగింపకుండునుగాక.

వ:—సూర్యవంశజులెన్నఁడు గురుతిరస్కారముఁజేసి యెఱుఁగరు. నీవా చంద్రార్కము రాజ్యమేలుదువుగాక.

చై:—జయతు, జయతు.

శ్రీ:—శంబుకుని మాసన్నిధానమునకు రప్పించి కొన్ని ప్రశ్నములడిగి మఱి మీయాజ్ఞనెఱవేర్చెదము.

వ:—నీయిష్టము వచ్చినట్లాచరింపుము. ఒక్కసంగతిఁ జెప్ప మఱచితి. శంబుకుని వధతో నీబ్రాహ్మణ బాలశవంబు పునర్జీవితము కాఁగలదు.

శ్రీ:—దీనిసత్యాసత్యములు పరీక్షింపఁగలము.

వ. చై:—ఇఁకమాకు సెలవిప్పింపుము.

శ్రీ:—చిత్తము. (నిష్క్రమణము.)

ద్వితీయాంకము సంపూర్ణము.

శంబూకవధ

(ఉత్తరరామచరిత)

తృతీయాంకము.

—:o:—

చిదానందాశ్రమము

(అంగదుఁడు, శంబుకుఁడు ప్రవేశింతురు)

శం:—యువరాజా! నీవు వెఱ్ఱిబాగులవాఁడవుసుమా! శ్రీరామచంద్రుఁడు నన్నుఁజంపుననియా నీదుఃఖము? నామరణమువలన నార్యులకుఁగలుగు లాభముకన్న ననార్యులకుఁగలుగు లాభమెండుగ నుండునని నీవెఱుంగవా?

అం:—మహాత్మా! యిదియెట్లు?

శం:—నామరణము ద్రావిడసంఘమునందు నూతనజీవముఁ గల్పింపదనియా నీనమ్మకము? ఆత్మాభిమానముగల ప్రతిజాతికిని గ్రూరదండనము స్వాతంత్ర్య రక్షణాశక్తినిబుట్టించును.

అం:—ఇది యాత్మాభిమానముగల జాతిలక్షణమని మీరు సెలవిచ్చితిరి. ఇది యనార్యులమగు మనకు నన్వయించునా యని యూహించుచుంటిని.

శం:—అసఁగా ద్రావిడులకు నభిమానము లేదనియా నీయూహము. తొల్లింటి మనపూర్వులచరిత్రముఁ జదివి చూడుము. ఆర్యులకు ననార్యులకుఁ బ్రవర్తిల్లిన భయానకరణంబుల నొకక్షణకాలము నీమనోనేత్రమును బ్రసరింపఁజేయుము. ఈయుద్ధములన్నియు నేఁటికి సంభవించినవనుకొంటివి? మూలకారణమును యోజింపుము. నీసంశయములు పటాపంచలగును.

అం:—ఆర్యులకు ననార్యులకు జరిగినవి యుద్ధములని తలపోయను. దేహదార్ఢ్యముకలిగి విదేశములనుండి తండోపతండములుగ మన దేశముపైఁబడి దేశమును గొల్లఁగొట్టుచు మనపూర్వులవెన్నాడు నప్పుడు యుద్ధములెట్లు పొసంగును? ప్రత్యర్థినిల్చినప్పుడుకదా సమరము. యుద్ధములేకుండఁగనే చేసినంతవఱకు నార్యులనార్యుల నులిమివేసిరని నాయాశయము.

శం:- కుమారా! యంగదా! మనపూర్వులు భీరువులనియా నీయాశయము. ఎంతపెట్టపడితివి? ఆర్యులతో హోరాహోరిం బోరి, కచాకచిం బెనఁగి, బాహాబాహిం దొడరి తుములసమరంబుఁ జేసిన వారలు మనపూర్వులు. నీవన్నట్టులార్యులు శీతలదేశములనుండి వచ్చుటచే మిగుల శరీరసత్వముకలవారగుటచేతను, రణధర్మము లంబాలింపకుండుటచేతను దుష్టతుదకు విజయముఁగాంచిరి. అనంతరము నీవనినది జరిగినది. ఎక్కడికిపోవుచుల? రావణుఁడు బలపరాక్రమసంపన్నుఁడా? లేకరజ్జులాఁడా? మీసాహాయ్యము లేకున్న రాముఁడేమియునఁ జేయశక్తిమంతుఁడగునా? మీతోడ్పాటు మాటయటుంచుము జాతిద్రోహియు, కులద్రోహియు, వంశద్రోహియు, భాతృద్రోహియునగు, విభీషణుఁడు రాజ్యకాంక్షచే నింటిగుట్టు తెలుపకున్న రాముఁడు వ్యర్థప్రయత్నుఁడగువాఁడా లేదా

అం:—దేవా! మునిపత్నులకాని రావణునిమాటలు తలపెట్టకుండుము. మీవంటివారు తలపెట్టఁదగినవారుసముకాదు. అతఁడు నీచుఁడు, పరభార్యాపహారి.

శం:—కుమారా! నిజమేయనుకొనుము, అతఁడు నీచుఁడె; ఆనీచుని యందు నొకసుగుణమున్నది కనిపెట్టఁగల్గితివా?

అం:—దేవా! వానింగూర్చిప్రసంగింపకుఁడు క్రోధమునంగులకుండ వానింగూర్చి వినఁజాలను.

శం:—ఇదిగో! యీయొకమాటవినుము. తొందరపడి విషయమును పాడుచేసికొనకుము. దానలాభముగల్గఁబోదు.

అం:—అటులయినచో సెలవిండు, వినియెదను. ఆసుగుణమేది?

శం:—రావణుఁడు సీతామహాదేవిని దొంగిలికొనిపోయినాఁడనియే కదా యాతఁడు నీచుఁడంటివి.

అం:—అగును, అందుచేతనే.

శం:—కొనిపోయి యేమిచేసినాఁడు?

అం:—ఆమహాపతివ్రతను బెట్టరానిబాములుపెట్టినాఁడు.

శం:—బాములుపెట్టినాఁడుగాని యామహాపతివ్రత పాతివ్రత్యమునకు భంగముగల్గించెనా?

అం:—అది వానిసుగుణముకాదు. దానికిఁగారణమహాజనని సౌశీల్యము నాత్మబలమును. సాధ్యమైనచో నానీచుఁడు చేయరానిపాపకార్య మొకటియుండునా?

శం:—దిక్పాలకజేత యపకారముదలంచుకొన్నచో దిక్కుమాలిన యబల యేమిచేయఁగలదు? యోజింపుము. ఇదివానిసుగుణమో దుర్గుణమో?

అం:—దీనికి నేనేమియుఁ జెప్పఁజాలనుగాని, పరస్త్రీని దొంగిలికొని పోవుట పాపకార్యముకాదా? అనంతరమెంతనీతితో వర్తించిన నేమి? దుష్పథముకాకుండునా?

శం:—దీనికిఁగల కారణములనుగూడ నాలోచించి యువలసినఁదోఁచిన తీర్పుఁజెప్పుము. రాముఁడు నిష్కారణముగా ననార్యులనందఱిని దెగటార్చుటకు ఋషులతోఁ బ్రతినపట్టెను. ఇదిన్యాయమో!

అం:—నిష్కారణమేమి మహాత్మా? ఆఋషులకు నీద్రోహు లెన్నెన్నియో యపచారములుచేసి యాపదలుగల్గఁజేసెను.

శం:—వీరుచేసినయవి గీలికార్యములుదలఁపెట్టవా! వీరు నిజముగ బ్రహ్మజిజ్ఞాసువులనియా నీయభిప్రాయము?

అం:—అగును బ్రహ్మజిజ్ఞాసులనియే నాయభిప్రాయము.

శం:—నాయనా! వినుము. నీయభిప్రాయము సరియైనదికాదు. ఆర్య చక్రవర్తులచే ననార్యరాజులగుట్టుమట్టు కనుఁగొనుటకు దక్షిణాపథంబునకుఁ బంపఁబడిన యోగివేషధారులయిన ఛద్మవిద్యాపారంగతులు. తమనీచకార్యములకు మతమును సహాయముగాఁజేసికొనిన మృషానుయాయులు. వీరు దక్షిణాపథమున నచ్చటచ్చటఁ బల్లెలుగట్టుకొని శిష్యపరంపరలమూలమున వార్తాసంగ్రహణముఁ జేయుచారులు. వింధ్యోత్తరభూములనుండి వెడలఁదఱిమి, దక్షిణాపథమునఁగీచునను కాఱడవులలోఁ జెట్టుగుట్టలఁ బట్టలంబట్టించియు నచ్చటనైన నిలువనీడలేకుండఁ జేయుటకేర్పడిన కొఱముల్లు. ఇదయ్యది సత్యమని వీరిపూర్వచరిత్రంబులయందుఁ బెక్కుచోట్లఁ దార్కాణముఁ జూపనగును. గిరికంతయు మూలకందము జాతికై మన్యము. సామ్రాజ్యము లుదగ్రపటలముఁ జేసి మానవుని

సామాన్యస్వత్వమైన స్వాతంత్ర్యమునకుఁ బ్రతిబంధకముఁ గల్పింప నొడిఁగట్టుకొన్న వానిని దమదేశము నుండి వెడలనడచుటకయి యుత్నించుట పాపమో, దోషమో, రాజనీతివిరుద్ధమో యోజింపుము. (అంగదుఁడు దిగ్భ్రాంతితో వినుచుండును, శంబుకుఁడావేశముతో నంగదుని మోమునందుఁ జూడ్కి నిల్పి) మీతండ్రి ఋషులకుఁగాని, సాధువులకుఁగాని యేమి ద్రోహము, ఏమియపకారముఁ జేసినాఁడని రాముఁడు పొదమాటున డాఁగి ప్రాణముఁ దీసెను ? (అంగదుఁడు నిరుత్సాహముతో నూరకుండును) పల్కవేమియంగదా ?

అం:—(మెల్లగా) ఆడినబాస నెఱవేర్చుకొనుటకు.

శం:—(ఉద్వేగముతో) అంగదా ! స్ఫుటముగఁ బల్కవేమి ? ఆడినబాస నెఱవేర్చుకొనుటకా ? అంతనీతిశాలియా ? రావణుఁడు లక్ష్మణుని మహాశక్తితో మూర్ఛాసన్నునిఁ జేసినప్పుడు రాముఁడు మీ ముందట మీపినతండ్రితోడను, విభీషణునితోడను జెప్పినవాక్యము లేవి? ఆడినబాస నెఱవేర్తుననియా? అసమర్థుఁడ ప్రతిన నెఱవేర్పలేననియా ? చెప్పవేమి ? జ్ఞాపకములేదా ? * (అంగదుఁడు నిరుత్తరుఁడై యుండును, శంబుకుఁడు సముద్వేగమువలన జనించిన కంపితస్వరముతోఁ జులుకుచూపులం జూచుచు) కుమారా ! ఇది యిటులుంచుము, పరోపకారార్థము ప్రతినపట్టుటమేలుగాని యాత్మలాభమునకై ప్రతినపట్టితివని నీచకార్యమునకు నొడిగట్టుట ధర్మమా ? ప్రతిజ్ఞాపూర్వకములయిన నీచకార్యములన్నియు,

* భానుజసేనఁ గొంచుఁ గిష్కింధకు నేగు నాపలుకు నెల్లడు నీవును బోవిభీషణా! ,
భాస్కరరామాయణము.

నిర్దోషములును, నిష్కళంకములును నిర్మలినములును నగునా?

అం:— దేవా! నేను గరత్వతామూఢుఁడనైతి, ముగ్ధుఁడనైతి, మీ వాక్యములఁ బూర్వపక్షము సేయఁజాలను, జేయనొల్లను. (ప్రకంపిత స్వరముతో) నాఁడా రాయబారిగా లంకాపట్టణము బ్రవేశించి యాస్థానవతోఁ నిండుకొలువై యున్న రావణుని తేజఓజములు నాకన్నుల మిఱుమిట్లుగొలుప నాసభాంగణమున నజాము నిస్పృహుఁడనై నిలువఁబడితిని. దుష్టునకు నడచుచున్నది ధర్మమార్గమని చెప్పి నిందావాక్యములాడితిని. మా హనుమన్నమాత్రమో రావణుఁడు మూఁడులోకములను బరిపాలించుటకుఁదగినవాఁడని నాతో రహస్యముగా నొకనాఁడు చెప్పెను.

శం:— కుమారా! యింకొకమాటవినుము. రావణుఁడ నీచుఁడే నీచతరుఁడే నీచతముఁడే కాని యట్టినీచుని సబాంధవముగాఁ జంపిన యనంతరము శ్రీరామచంద్రునకు వాటిల్లినయాపత్తేమి?

అం:— (విచారించి) నేనెఱిఁగినంతవఱకు నాపత్తేమియు లేదు.

శం:— లేదా? అటులయినచో రామలింగేశ్వరస్వామిప్రతిష్ఠకుఁ గారణమేమి?।

అం:— జ్ఞాపకమునకువచ్చినది. రావణవధచే శ్రీరామునకు బ్రహ్మహత్యామహాపాతకము చుట్టుకొన్నదియఁట.

శం:— (ఎక్కసక్కెమునుదెల్పు చిఱునగవుతో) నీచునిఁజంపుటచే బ్రహ్మహత్య యెట్లు సంభవించును? బ్రహ్మజ్ఞునిదైనప్పుడుకదా తద్వధచే బ్రహ్మహత్య తటస్థించును. నీచకార్యములుచేయువాఁడు బ్రహ్మజ్ఞనియెట్లగును? విచారింపుము.

అః:— స్వామీ! క్రమక్రమముగ సర్వమును నామనోనేత్రములకు విశదపడుచున్నది.

శం:–అంగదా! యింకొక్కసంగతిఁ జెప్పనుంచితిని. వాల్మీకి మహాముని యసాధారణ శేముషీధురీణుఁడు. రావణుఁడు మహాపాతకి యని ఋజువుచేయుటకుఁగా రావణుఁడు సీతాదేవిని బలాత్కారముగా మానహానిఁ జేయుటకునేదో యొకశాపము నాటంకముగాఁ గల్పించి లోకులను విభ్రమపాలుచేయఁగలఁడని నాకుఁదోఁచుచున్నది. అయినను మనము నిజమును గొలఁది దినములలోనే జూడఁ గల్గుదుము.

అం:–(వినయముతో) దేవా! మీమనస్థైర్యమే నిశ్చితార్థమును సంపాదింపఁగలదు. ప్రాకృతజనంబులకు మీచరిత్రము దురవగాహము. ద్విజులు మిమ్ముఁ బాషండుఁడనియు, మతద్రోహి యనియు దెగడుదురు. ద్విజేతరులో విద్యాగంధము లేనిచే బ్రాహ్మణ ద్వేషియనియుఁ దన్మూలమున రాజదండనకుఁ బాత్రుఁడనియు గొణుగుదురు. కట్టకడకు మీరిరుతెగలకుఁ గానివారగుటయే ఫలితము. మీమహత్వతత్వముఁ దెలిసికొనఁజాలక ద్విజేతరులు కృతఘ్నులగుటయే కాక కృతాపరాధులగుచున్నారు.

శం:–యువరాజా! తెవులు గొంటునకు మందురుచింపదని చెప్పి స్వాదుపదార్థము నొసంగుట యుక్తమో! నేనెందుకుఁగాను పోరాడుచుంటినో ద్విజేతరులు కొన్నినాళ్లకయినఁ దెలిసికొనకపోదురా!

అం:–(పొరలి వచ్చుచున్న దుఃఖముతో) నిన్న శ్రీరామభద్రుని సభాముఖమున జరిగిన చర్చను బరిశీలింప నిఁకఁ జిరకాలము మీసందర్శన భాగ్యము మాబోంట్లకు దొరకదని సందేహము పొడముచున్నది. మీరీసాకేతము విడచి దక్షిణాపథమునకు

వచ్చి యచ్చో మాసేవల నంగీకరించుచు నజ్ఞానాంధులఁ దరింపఁ జేయరాదా?

శం:—ఏమి నీబేలతనము? దక్షిణాపథమునకు వచ్చుటకు నభ్యంతరమేమియు లేక పోవుటయే గాక నాకు సుగ్రీవసార్వభౌముని సందర్శన లాభము కూడఁ గల్గును. అయినను నిజముగ శ్రీరామచంద్రుఁడు నా పాపమునకుఁ దగిన యెడల దక్షిణాపథమునకుఁ దరలినంతమాత్రమున నేను దప్పించుకొనఁ గల్గుదునా? ఇది యెట్లయినను నేనిచ్చట నీయాశ్రమ స్వీకారముఁ గావించుట యాత్మలాభమునకే యనుకొంటివా? అట్లు కాదు. నాయీకృత్యము వలన ద్రావిడులందఱు మేలుపొందవలయునని యభిలాషము, కాకున్నచో నేనేదుర్గమారణ్యమునందో నిష్ఠురతపోనిష్ఠాగరిష్ఠుండనయి కైవల్యముఁ బొందఁజాలనా? మఱియు హిందూమతరక్షకుఁడను బిరుదంబుఁ దాల్చిన శ్రీరామచంద్రుని సన్నిధానమున నేమీ స్వత్వము నిరూపించుకొనఁజాలుటో లేక స్వత్వముతోపాటు ప్రాణమును గోల్పోవుటో తటస్థింపవలయును. రామరాజ్యములో మనము దొంగతనముగా భగవద్ధ్యానముఁ జేసికొనవలసియుండునో బాహాటముగా, బహిరంగముగాఁ జేసికొనవచ్చునో స్థిరపఱచికొనుటకే మేమీ సాకేతపురప్రాంతసీమలయందు మల్లాడుచున్నాము. రాజు బ్రాహ్మణవాక్యములఁ దిరస్కరించి మతరక్షణమే చేయునో, యాదరించి హితరక్షణమే చేయునో, చూడవలసియున్నది.

శి:—అమంగళము ప్రతిహతమగుఁగాక, దేవా! మీయాదర్శము సామాన్యులకు దుర్జ్ఞేయము; మీభావము గభీరము, మీమానసము కారుణ్యసంప్లుతము. అఖిలవస్త్వంతర్యామియగు నీశ్వరుఁడు

మిమ్ముఁ బాలించి మీయారబ్ధ కార్యమును నెగ్గించుచుండుఁగాక, మగిడి కిష్కింధాపురమునకుఁ బోవుతలంపున శ్రీరామచంద్రుని కడ సెలవంది కొన్నిసంగతులు మీకుఁజెప్పి పోవువాఁడనై యిచ్చటకు వచ్చితిని.

శం:—కుమారా! చెప్పనైతివా సంగతులను, విన ముచ్చటపడుచుంటిని.

అం:—మహాత్మా! నోరాడకున్నయది. చెడుమాటలు చెప్పవలసిన వాఁడనైతి.

శం:—ఏమినీవెర్రి? తెగించినవానికి సముద్రము మోకాలిబంటికాదా? ప్రాణమున కాశింపని వానఁ జెడుమాటలుండునా?

అం:—ఋషిచంద్రమా! వసిష్ఠులవారి కుత్రుచే నోషధీ సాహాయ్యమున నొక బ్రాహ్మణబాలుని విసంజ్ఞఁజేసి కొలువునకుఁగొంపోయి మీయాశ్రమవ్యత్యాసముచేఁ గల్గిన ఫలమని శ్రీరామచంద్రునకు నచ్చఁజెప్పిరి. నచ్చఁజెప్పి మిమ్ము శిక్షాపాత్రుని జేయుటకుయత్నించుచుండ నేనుజూడఁజాలక యీకడకరుదెంచితిని.

శం:—(అలక్ష్యభావమును సూచించు నగవుతో) ఱోఁటిలోఁదలఁ దూర్చి రోఁకంటిపోటునకు వెఱవనగునా? ఈకార్యవిధాన మంతయు నూహింపనిదికాదు. కానఁ బరితపింపవలసినపనిలేదు. పాపము! వసిష్ఠులవారి కెట్టి యవస్థవచ్చినది?

అం:—దేవా! ప్రొద్దెక్కుచున్నది. అనుజ్ఞయిత్తురా? (నమస్కరించును.)

శం:—(లేవఁదీసి) కుమారా! కృతార్థుఁడవుకమ్ము, సుఖముగఁబోయి రమ్ము.

అం:—(కన్నుల నీరునించికొని డగ్గుత్తికతో) ఎన్నఁటికో పునర్దర్శనము? సంయమీంద్రా! యీశిష్యునిసేవ నంగీకరింపనిచ్చగలదేని గాంధారి మాంధాఱ ప్రౌఢ్గవేఁగ గఖురంపినను మీపదసన్నిధి ప్రాలును.

శం:—పరోపకారబుద్ధి మహనీయుల లక్షణముకదా! పునర్దర్శనమైనను గాకున్నను బరస్పరసంభాషణము మాత్రము మఱచి పోకుము.

అం:—దేవా! మీయాశీర్వాదమే నాకు జీవగఱ్ఱ పనివిని మెదను.

శం:—(తటాలున లేచి యంగదుని గౌగలించుకొని గద్గదస్వరముతో)

కుమారా! పోయిరమ్ము, సుఖముగఁబోయి రమ్ము (అంగదుఁడు నిష్క్రమించును శంబుకుఁడు చింతామగ్నుఁడై కూరుచుండ శిష్యుఁడొక యుత్తరముతోఁ బ్రవేశించి) దేశికేంద్రా! యిదిగో! శ్రీరామచంద్రుఁడు మీకయియంపినయుత్తరము. (అందియిచ్చును) ఏమిసెలవిత్తురో! వాకిట సేవకుఁడు వేచియున్నాఁడు.

శం:—(ఉత్తరమును దీసికొని విప్పుచు) బ్రహ్మదాసా! మనము నుకొన్నది యనుకొన్నట్లు జరుగుచున్నది. ఈయుత్తరమును నీవు చదువుము. వినిమెదను. అక్షరములు బాగుగాఁగన్పట్టుట లేదు. (ఉత్తరము శిష్యునకిచ్చును; శిష్యుఁడంది పుచ్చుకొని చదువును.)

శ్రీసాకేతపుర సింహాసనస్థిత పట్టభద్రుండును, సూర్యవంశ సముద్భూతుండును, హిందూమతసంరక్షకుండును, వర్ణాశ్రమాచారపరిపాలన బద్ధకంకణుఁడునునగు దాశరథ శ్రీరామసార్వభౌముండు శంబుకునకుఁ దెలియఁజేయునది;

నీవు వైదికధర్మ విరుద్ధకర్మతుండవై, స్మృతీ విహితమయిన ద్విజసేవఁద్యజించి, వైదిక కర్మంబులనుష్ఠింపుచుండుటయే కాక

వేదాధ్యయన, అధ్యాపక ప్రముఖ బ్రాహ్మణానుష్ఠేయములకు స్వత్వమున్నదని శిష్యులంగూర్చి బోధింపుచు మతద్రోహము గావింపుచున్నాఁడవని మా శ్రుతిపథమునఁబడినది. మేము ధర్మ మార్గానుచరులమగుటచే సభాముఖమున నీస్వత్వమును సాక్షి పఱచుకొనుటకధికారమిప్పించుచున్నాము. కాన రేపు మూఁడు యామములకు నొడ్డోలగము జరుగనైయున్నది. వేద వేదాంగ పారంగతులను, సర్వశాస్త్రనిష్ణాతులను రప్పించు చున్నాము, స్మృతివిహిత ధర్మతిరస్కారులకు మరణదండన శాస్త్రచోదితమని తెలియఁజేయుచున్నాము. (శిష్యుఁడుగురువును దేఱిపాఱఁ జూచుచుండును.)

శం:—కుమారా! నీయుద్దేశ్యమేమి? ఈపండితపరిషత్తునకు శాస్త్ర చర్చకయి పోదుమా?

శి:—పోవుటయే యుచితమని తోఁచుచున్నది. రహస్యముగ మన మెన్ని బోధించిన నేమి? ఎన్నటికయిన మనవాదము బహిరంగము కావలసియే యున్నదికదా. కాన దరుణము వచ్చినప్పుడు మన మేల వెనుకాడవలయును? ధర్మాధర్మ విచక్షణకర్తయగు శ్రీ రామప్రభుని మధ్యవర్తిగనుంచికొని యార్యులతో ముఖాముఖి శాస్త్రవాదముసల్పి, యొడిచిపుచ్చి, మనహక్కులను బలిమిమై గుంజుకొని నిలువఁబెట్టుకొనుట యుచితమగుటయే కాక నాకుఁ బహుసమ్మతము.

శం:—నాయనా! కార్యములు మాటలంతసుకరములు కావు. పైపెచ్చు తెఱచాటుననున్న మహానుభావుఁడెవ్వఁడో యెఱుంగుదువా? వసిష్ఠమహాముని. ఈవాక్యములెవ్వరివని నీయాలోచనము?

శి:—శ్రీరామచంద్రునివని, ఇందులకుసందియమేల ?

కం:—నీవుపొరపడితివి. కాదు. ఇవి వసిష్ఠుని వాక్యములు. స్మృతి విహిత ధర్మతిరస్కారులని యుక్తక్రమమునందు చెప్పఁబడినది. ఇంకదీనికి వాదమేమున్నది ? ప్రక్షిప్త విచిత్రగ్రంథములగుటచే స్మృతులు మనకాదరణీయములు గావను మనమెట్లు నెవరాలకింతుగు ? వేదప్రతిషిద్ధమని చెప్పసాహసించనేనూ చూచితివా ? దీనికి సభాముఖమునఁ బరిష్కారమేమున్నది ? ఒక్క కేగతి వారు వేద ప్రామాణ్యమునంగీకరింపరు మనము స్మృతి ప్రామాణ్యము నంగీకరింపము. మనవాదము ధర్మాధికారికి ధర్మవిరుద్ధమగును. మనము శిక్షకుఁ బాత్రులమగుదుము. ఇంతియే పని జరుగనున్నది. కానఁ బత్రమును, లేఖిని గొనిరమ్ము. ప్రత్యుత్తరమంపెదము.

(శిష్యుఁడు నిష్క్రమించి పత్రము లేఖినితోఁ బ్రవేశించును.)

సిద్ధముగనుంటివా ? నేనుచెప్పు వాక్యములు వ్రాయుము.

(శి॥ బుకన్ని చెప్పుచుండగా శిష్యుఁడు వ్రాయును.)

మ॥ అతిలోభంబునుబూని యాత్మహిత కాంక్షాధ్యానాచార్యులై
స్మృతి నిర్మాణవిదగ్ధులై తనకు నాశక్తి సభ్యులన్ జేసి త
త్స్థిత పక్షుండవు ధర్మపీఠము నయర్; దేశమారుచున్నంతమా
గతిచేమానో యెఱుంగఁ జాలమొకో యింకన్ రామ
చంద్రప్రభూ ౧

మ॥ సుతనిర్మాణమునకై వచించి ఋషులామ్నాయంబులంబిమ్మటన్
స్మృతులన్ జెప్పిరి యార్యసంఘము మొగి వర్ధిల్లంగ మేమాదుచేఁ

జతురామ్నాయములం దలంచుచు నమ॰స్కారంబులం జేయుచున్
స్మృతిధిక్కారముఁ జెల్పఁ బూనితిమి మా॰క్షేమాభిలాషంబుచే౹౹

మ॥ ప్రభుచూడామణి నీరు వేదములచే॰ ప్రామాణ్యముం గొన్నచో
సభ కేతెంచెద మట్లుగాసి యెడ మీ॰ సాన్నిధ్యముం జేరి మీ
సభికుల్ చేసెడి వాదముల్ వినుటకున్॰ సామర్థ్యమున్ లేదుమా
కభయం బిచ్చెడువారు గానఁబడరే॰ న్యాయంబుపోకుండగన్ 3

ఇయ్యది చాలు, నీయుత్తరముం గొంపోయి సేవకునికిమ్ము. ఆవలనేమి జరుగునో యోర్చి చూచెదము. కార్యంబులఁ దీర్చికొనుటకు సరియూనదికిఁ బోవలయును. ఇఁకఁ జిరకాలము శాంతముతో సంధ్యావందనాదులఁ జేసికొనుటకు వీలుండదు.

శి:-చిత్తము నిష్క్రమింతురు.

తృతీయాంకము.

సంపూర్ణము.

శంబుకవధ

(ఉత్తరరామచరిత)

చతుర్థాంకము.

—:o:—

(శ్రీరామచంద్రుని ప్రవేశము)

శ్రీ:—అబ్బా! రాజ్యమేలుట కత్తిమీఁది సాముగదా!

గీ॥ తెలిసి యపచార మిసుమంత • సలుపకుండ
జపముఁ జేసికొనుచునుండు • సాధువులను
బట్టివర్ణాశ్రమాచార • పాలనంబుఁ
టంచుఁ బరిమార్పఁగావచ్చె • నక్కటకట

ఇందుచేతనే తొల్లింటిపుణ్యమూర్తులగు ఋషులు "రాజ్యానంతే నరకమ్ధ్రువమ్" అని నుడివిరి. రామరాజ్యమునందే యిట్టి చిత్రములు జరుగవలయునా? శంబుకుని శిక్షింపకున్న యెడల వంశగురువున కేమి యలుకవచ్చునో కదా!

గీ॥ రాజ్యరక్షణవిషయమై • రాజు జాలి
బూనఁదగదంచు గురుమూర్తి • యానతిచ్చెఁ
గాని తత్త్వజిజ్ఞాసుల • కంఠనాళ
ములనుగోసి రాజ్యముఁ జేయఁ • బోవలేను

అయినను శంబుకునితోడఁ బ్రసంగించిచూచెదను. ఓరి! యెవఁడు రాయక్కడ?

జా:—(ప్రవేశించి) స్వామీ! యేమియాజ్ఞ?

శ్రీ:—ఓరీ! మొన్న కాంభోజరాజు పాయనంబుగఁ బంపిన యుత్తమాశ్వమును సజ్జీకృతముఁ గావించి వెంటనే గొనిరమ్ము.

జా:—చిత్తము. (నిష్క్రమించి మరల గుఱ్ఱముతోఁ బ్రవేశించును)

శ్రీ:—(గుఱ్ఱమెక్కి) ఛీ! యెడమకన్నదరుచున్నది. కారణమేమి చెపుమా?

గీ॥ నాకుఁ గురువెన్ని స్మృతులు క్రో • డీకరించి
చెప్పినను ధర్మమిదియంచుఁ • జిత్రమేమొ
సంశయాత్ముఁడనైతినీ • సమయమందుఁ
గారణముమాత్రము మదికిఁ • గానరాదు 3

గీ అంతరాత్మ పీడితుఁడను • నగుటచేతఁ
జేయునదిలేక మనస్సెల్లఁ • జెదురుచుండె
నిట్టిసమయంబునను యుక్త • మిదియటంచు
నెట్లుబుద్ధికిఁ బోడమునో • యెఱుఁగరాదు (నిష్క్రి) ౪

(* చిదానందాశ్రమము *)

బడలికతో శ్రీరామచంద్రుఁడు ప్రవేశించును.

శ్రీ:—అబ్బా! సూర్యాతపముచేత డస్సిన నాసర్వాంగములను సేద దేర్చుచున్న యీమృదు సౌరభశీతలములగు మలయపవనకిశోరములు నాకు బ్రహ్మానందమునుఁ గూర్చుచున్నవి. పాంథులపథికాయాసమును నవనయింప నేనెఱుంగకుండ నీయారామప్రతిష్ఠఁ

గావించినవాఁడెవఁడై యుండనోపు? (దిక్కులుపరికించి) యేమి యీయకాల వసంతాగమము. లతాసమావృతము లయిన యీని కుంజపుంజములు కోరకితములును, బుష్పితములునై యీయారామ నివాసిమాహాత్మ్యమును బ్రకటించుచున్నవి. (ఉలికిపడి) యేమి! యారాం!! యాశ్చర్యము. చిలుకగోర్వంకలెల్లను వేదపాఠములను బఠించుచున్నవి. అయ్యారే! కోయిలలా సామగానముఁజేయుట? ఏజితేంద్రియుని పవిత్రాశ్రమమోకదా యిది. కనుగొనియెద. ఋష్యాశ్రమమునకు నశ్వారూఢుఁడనై పోవుటయుక్తమా? కాదు (అశ్వావరోహణముఁగావించి ముందునకునడిచి సోమలతకుఁ బాదుత్రోవ నీళ్ళుపోయుచున్న బ్రహ్మచారింగని) కుమారా! యిచ్చట యేమిచేయుచున్నావు?

బ్ర:—(తలయెత్తిచూడకే పాదుఁద్రవ్వుచు) యేమిచేయుచున్నానో కన్పట్టుటలేదా? (అనంతరము శ్రీరామునివంక నెగాదిగఁజూచి) ఇదిగో! దర్భాసనంబు. ఇచ్చట దయచేయుఁడు. అతిథిపూజ మాకు గురూపదిష్టంబు. మాగురువుగారిని జూచిపోవుటకై మున్న కణ్వులవారువచ్చి యీ సోమలతనునిచ్చిపోయిరి. దానికి నీరుపోసిపెంచుటకు మాగురువుగారాజ్ఞయిచ్చిరి. ఆపని యిప్పుడు నేనుజేయుచున్నది.

శ్రీ:—కూర్చుండెదఁగాని, యీయాశ్రమమెవ్వరిది? మీగురువుగారి పేరేమి?

బ్ర:—ఇతిమేనా నీకేమియో తెలియుననుకొంటిని. (రాముఁడు చిఱునవ్వునవ్వుచు బ్రహ్మచారిని వీపునఁదట్టుచుండును) ఇది మా గురువుగారి యాశ్రమము బ్రహ్మర్షీంద్రుఁడగు శంబుకర్షి మాగురువుగారు.

శ్రీ:—ఏమీ! శంబుకఋషియా?

బ్ర:—(ఆశ్చర్యముతో) ఏమి యులికిపడుచున్నావు? ఎప్పుడును పేరు వినలేదా? నీ వేదియో పట్టణవాసివని తోఁచుచున్నది.

శ్రీ:—(తనలోఁ బరాకుతో) నాడఁబోయినతీర్థ మెదురైనట్లున్నది (ప్రకాశముగా) అవును. పట్టణవాసినే; కాని మీగురువుగారిని దర్శించుటకు వీలుండునా?

బ్ర:—ఓ యిదియే మంచిసమయము. మాగురువుగారీవేళనే శిష్యులం గూర్చికొని మతప్రసంగముఁ జేయుచుందురు. ఇదియే దారి. చూచితివా? ఈదారినేపోయి యాబట్టలారవైచిన పొదదగ్గరనుండి యాకుటీరముఁ బ్రవేశించిన మాగురువుగారిని జూడఁగల్గుదువు. (ఏదియో జ్ఞాపకమునకు రాగా) పొఱబాటు. ఆఖర్జూరవనమునం దీవేళ మతోపన్యాసముఁ జేయుచుందురు.

శ్రీ:—సరియే నేను వెళ్లెదను (ముందునకు నడచి తిరిగివచ్చుచుండును)

బ్ర:—ఏమి తిరిగివచ్చుచున్నావు? దారి తెలియదా? నేను జూపించెదను రమ్ము.

శ్రీ:—అట్లుకాదు నీవు ముందుపోయి మీగురువుగారితో శ్రీరామచంద్రుఁడు మిమ్ములను జూచుటకు వచ్చుచున్నాఁడని చెప్పఁగల్గుదువా?

బ్ర:—(నివ్వెఱగంది) ఏమి శ్రీరామచంద్రులా; మారాజుగారా? దేవా! యెవ్వరో సామాన్యులనుకొని మీకుఁదగిన సత్కారమును జేయలేదు. రాజాధిరాజులను సందర్శించినప్పుడెట్లు చరియింపవలయునో మా బాబయ్యగారును జెప్పలేదు. ఛాందసులముకదా! క్షమింపుఁడు.

శ్రీ:—(బ్రహ్మచారి దగ్గరకుఁ దీసి) కుమారా! నీవలన దోషము లేదు. నీమాటలవలన మాకానందము గల్గుచున్నది. రాజాధిరాజులను సందర్శించునప్పుడెట్లు చరియింపవలయునో గురువుగారు చెప్పలేదా? రాజాధిరాజులను గుర్తించుకొనినయెడలను చెప్పలేదా?

బ్ర:—దేవా! లేదు. శిష్యులను దండవమానములు చేయించినప్పుడెవ్వరు గొప్పవారనుకొన్నానుగాని, మరల గొప్పవారు మా యాశ్రమమునకెందులకు వత్తురాయని—.

శ్రీ:—నీ బేలతనము మమ్మానందము పాలుచేయుచున్నది. మీ గురువుగారు నీకేమియుఁ జదువుచెప్పరా? చిన్నవని కాఁబోలు.

బ్ర:—స్వామీ! అట్లు కాదు. అట్లు కాదు. నన్నుఁ బోలు చిన్నలకుఁ బ్రొద్దుననే సంధ్యావందనాదులు దీర్చుకొనినయనంతరము, భగవంతునిగూర్చి కొన్నికొన్ని సంగతులు చెప్పుదురు. ఆవల మేము పాఠములను జదువుకొనుటకుఁ బోవుదుము. మధ్యాహ్న సమయమున నైయాకరణులతోడను, మీమాంసకులతోడను ప్రసంగముఁ గావించుచుందురు.

శ్రీ:—మీ గురువుగారు శిష్యుల నెప్పుడైనఁ గోపపడుచుందురా?

బ్ర:—దేవా! లేదు. ప్రసన్నవదనముతో మాటాడుచుందురు. గురువుగారని పిలువము. బాబయ్య గారని పిలుచుచుందుము. మమ్ములఁ జూచుటతోడనే చిఱునవ్వునవ్వుచుఁ గబురులు చెప్పుచుందురు. బాబయ్యగారిని జూచుటతోడనే మాకు సంతోషము పొంగివచ్చును.

శ్రీ:—సరే! అటులైనా? నీవిప్పుడేమి చదువుకొనుచున్నాఁడవు?

బ్ర:—సంస్కృత భాషాభ్యాసమును గల్గించుకొనుచున్నాఁడను.

సంస్కృతము నేర్చికొనుట మిగుల కష్టము. మొన్న మాబాబయ్యగారు వ్యాకరణ మారంభించెదమని చెప్పినారు. అప్పటినుండియు నాకుం జెప్పరాని యానందముగనున్నది.

శ్రీ:—అంత సంతోషముగా నున్నదా? మంచిమాటయే. నీకేమి యువంగావలయునేమో చెప్పుము. మేమిచ్చెదము.

బ్ర:—బ్రహ్మచారులకుం గోర్కెలేముండును విద్యా వ్యాసంగము దక్క? ఆవిద్యను బాబయ్యగారు చెప్పుదునే మన్నారు. అయినను నితరులనుండి యేవస్తువైనను స్వీకరించుకొనుట దోషమని బాబయ్యగారు చెప్పుచుందురు. వారికిం గోపము వచ్చు పనిం జేయంజాలను.

శ్రీ:—మేమిచ్చిన వస్తువును దీసికొన నొల్లవా?

బ్ర:—మాబాబయ్యగారిష్టపడిన యెడల.

శ్రీ:—అట్లయిన మీబాబయ్యగారిని గనుగొందువు గాని నీవుపోయి మేము వచ్చితిమని తెలియఁజేతువా?

బ్ర:—చిత్తము. సంశయమెందులకు? (నిష్క్రమించును)

—◆ ఘట్టము సమాప్తము ◆—

(పీఠముపై శ్రీరామచంద్రుండుపవిష్టుండగును. శిష్యగణపరివృతుండై శంబుకర్షి సమీపమునకుం గూర్చుండును.)

శం:—దేవా! మాయాశ్రమము నేటికిఁగదా పవిత్రమైనది. మీకాతిథ్యము నొసంగి మేమును జరితార్థులమైతిమి.

శ్రీ:—సంయమీంద్రా! మిమ్ములను దర్శించి మేమును బరితృప్తుల

మాయుచితిమి. కాని మతవిషయక ప్రసంగమును జేయుచు ఘోషించి యీయెడకు వచ్చితిమి. రాజ ధర్మము మీకుఁ దెలియనిది కాదు. మేము హిందూమత సంస్థాపనాచార్యులము. హిందూమత రక్షణార్థమై సూర్యవంశజుఁడు సాకేతపుర సింహాసనమునుండి పృథ్విని దొ[illegible] సే[illegible]క రాజ్యమేలుచున్నాఁడు. కాన మతరక్షణము మాకుఁ గర్తవ్యమే కాక విధ్యుక్తధర్మము. మతద్రోహము మా తలకంటఁగిలు. మేము సహింపము. మా ప్రజలయందెట్టి మతద్రోహియున్న శిక్షించుటకు వెనుదీయము. హిందూమతమునఁ బుట్టి హిందూమతమునఁ బెరిగి, హిందూ మతమునకు ద్రోహమాచరించువాఁడు నరకకూపమునఁ బడకమానఁడు మేము నిమిత్తమాత్రులమయి యానీచుని శిక్షాపాత్రుని జేసెదము.

శం:- దేవా! యిదినేనెఱుంగనిది కాదు. మతద్రోహులను శిక్షాపాత్రులఁ జేయుట రాజధర్మము. కాని నాఁడు రాజులు తమ ధర్మము నెఱవేర్పని పాపమునఁ బోదురు.

శ్రీ:- అందుచేతనే నేఁడు మేమిచ్చటికరుదెంచి మీరుచేయుచున్న కార్యములు, మతోపన్యాసములు, మతద్రోహములగునో కావో నిర్ణయింపఁ జనుదెంచితిమి.

శం:- సకల ధర్మ స్వరూపులగు మీరీకార్యముఁ బూనుటకంటె మాకు సంతోషదాయకమగు కార్యమేమున్నది? మీసాన్నిధ్యమున నీకార్యము నిర్ణయింపఁ బడుటకంటె మాకు వలయునది యేది? దేవరవారడిగిన ప్రశ్నములకు నాయెఱిఁగినయంతవఱకుఁ బ్రత్యుత్తరమిచ్చుటకు సంసిద్ధుఁడనుగనున్నాఁడను. (శిష్యులవైపు తిరిగి) వత్సలారా! మీరిపుడు కుటీరమున వేదపారాయణముఁ జేయఁబొండు.

(శిష్యులు నిష్క్రమింతురు.)

శ్రీ:—అట్లయినచో వినుఁడు. మీరు కొన్నినాళ్లనుండి చేయుచున్న హితోపదేశములును, సత్యోపదేశములును మా బ్రాహ్మణోత్తము లగునన్న వసిష్ఠ ఋషులందఱును, స్మృతికర్తలందఱును మీకు మతప్రసంగమునకు నధికారము లేదని చెప్పుచున్నారు. కాని మీరావాక్యములను బెడచెవులను బెట్టుచున్నట్లున్నది.

శం:—దేవా! మన్నింపుఁడు. ఎందుచే నధికారము లేదని చెప్పుచున్నారు?

శ్రీ:—శూద్రులకు వేదములను జదువుటకుఁ గాని ముట్టుటకుఁగాని యధికారము లేకపోవుటయే కాక మతప్రసంగమును జేయుటకుఁ గూడ నధికారము లేదు. బ్రాహ్మణులు చెప్పిననీతులను గ్రహింపవలయును గాని ప్రశ్నింపరాదు" అని వారివాదము. దీనికి మీరేమి ప్రత్యుత్తరముఁ జెప్పెదరు?

శం:—ఇందు రెండు సంగతులు విచారింపవలసియున్నవి. అవి యెవ్వియంటి రేని, చెప్పెద సావధాన మనస్కులరై వినుఁడు. మొట్టమొదటిది మేము శూద్రశబ్దవాచ్యుల మెట్లగుదుము? ఆశబ్దము మామెడ కేల యంటఁగట్టెదరు? మేము ద్రావిడులము. మానామములు మాకున్నయవి మాపూర్వులు పరాజితులయిన తమాత్రమున నిష్టమువచ్చిన నామములచే మమ్ము వ్యవహరించుట పాడియా? అయిన దీనితో నేమి? భిన్ననామములచే వ్యవహరించినంత నే పదార్థములు నైజధర్మమును విడనాడవుకదా; ఇఁక రెండవది, మాకు మతప్రసంగమునకే యధికారము లేదనుచున్నారు. ఇది యెవ్వరి యుపదేశము, కారణమేమి చెప్పెదరు?

శ్రీ:—ఋషుల యాదేశము, స్మృతుల యభిప్రాయమును, ఋషుల

యాదేశమునకుఁ గారణముకూడవలయునా ?

శం:- దేవా ! ఋషులు సర్వస్వతంత్రులు కాఁ గారణమక్కఱలేని మాటనిజమే; ఇట్టియున్నయెడల నిన్నటిస్మృతిని వీరు నేఁడు మార్చుఁగరు మార్చుకొనుట యేల? మార్చిరి, మార్చుచున్నారు. ఇవియుఁ గాక పురాణములు, భిన్నస్మృతులు; అందలి పరస్పర విరుద్ధములు; అట్టిచోఁ బ్రతిక్షణము మాఱుచున్న యీస్మృతులుగాని తత్ప్రతికర్తలుగాని మాస్వాతంత్ర్య మిట్టిదియని నిర్ణయించుట కెట్లులు శక్తిమంతులగుదురు !

శ్రీ:- (కినుకతో) ఋషులను, స్మృతులను ధిక్కరింప మొదలిడితిరా ?

శం:- శ్రీరామచంద్ర ప్రభూ ! మీరు ధర్మమూర్తులు, ధర్మాధర్మ నిర్ణేతలు కాన నాప్రార్థనము శాంతముతో నాలింపుడు.

నేను ఋషులను దూలనాడుటలేదు. దూలనాడుట వలన మాకు, గించిల్లాభము కూడ లేదు. ఋషులు మనోగతితోపాటు క్షణక్షణము మాఱుచుండు ధర్మశాస్త్రము లెట్టు లొక్కజాతిస్వత్వమును నిర్ణయింపఁజాలునో తెలిసికొనఁ గోరుచుంటిని. మీరా స్మృతులను బాటింపకున్న నపాయమేమగును ? ఇదిగాక మేము దుర్బలులమగుటచేతనే కదా మమ్మధోలోకము పాలుసేయుటకే సృజింపఁబడిన గ్రంథములను ధర్మాధికారులు కూడ ధర్మశాస్త్రములను చున్నారు. దేవా ! యివియార్తాలాపములు. ఆలింపుఁడు "దుర్బలస్యబలంరాజా" యనవినమే ! దోషులమయిన శిక్షింపుఁడు, నిర్దోషులమయిన రక్షింపుఁడు. ఇంతియే కోరునది.

శ్రీ:- సంయమీంద్రా ! వినుచుంటిమి, కనుచుంటిమి. మీరుచెప్పఁ

దండించిన తీరుం జెప్పెదను. అసలు దోషులరో, నిర్దోషులరో విచారించి నిర్ణయింతుము.

శ:- దేవా! యీ లిచ్చప్రభువులున్న నాహృదయాంతరమంతయు వెల్లబుచ్చుకొనెదను. మేము హిందూ మతమును స్వీకరించిన కారణమున సమానసామాన్యములయిన హక్కులను మాయొద్ద నుండి బలాత్కారముగా గుంజుకొనుట యేమి ధర్మము? ఏమి నీతి? స్వామికార్య యెడల భక్తివిశ్వాసములను జూపనందుననా? మున్నెన్నఁడు ప్రశ్నింపఁగా, నెన్నడోటులు? గాదు పశుపక్షిగణము నకున్న కాపాటి స్వాతంత్ర్యము మాకుండఁదగదా? ప్రజ్ఞచక్షువులేని జీవరాసులకున్న యధికారము మాకుండఁగూడదా? మేమేమియు నవినీతి కార్యములకుఁ జొరలేదు. ఈచరాచరములను, జేతనాచేతనములను సృష్టించిన యా "ఏకమేవాద్వితీయం బ్రహ్మ"ను సేవించుటకును, గీర్తించుటకును, పాడుటకును, పూజించుటకును స్వాతంత్ర్యమును గోరుచున్నాము. చతుష్పాదజంతువులు కూడఁ బూర్వకర్మ వాసనచేఁ గల్గిన జ్ఞానలాభమునఁ దపస్సమాధిని బొంది తరించినట్లు వినుచున్నాము. అట్టి యధికారము మానవ జన్మమెత్తిన మాకుండఁదగదా? పిపీలికాది బ్రహ్మపర్యంతము వెలుగొందుచున్న యా దివ్యతేజము యొక్క సంపూర్ణ పరాయణులైన యీ బాలురకట్టి యధికారమేలయుండఁగూడదు? మీ రాష్ట్రములో జన్మించి తలదాచుకొనుటచేతనా? పూర్వులు గడించి యిచ్చిన యీ స్వాతంత్ర్యమును వీరిని ముట్టకుండఁజేసి యజ్ఞానకూపమునఁ బడఁద్రోసిన, నీ కార్యమునకు నెవ్వరుత్తరవాదులగుదురు? ప్రజా మానప్రాణస్వత్వరక్షణ భారమునకు మూలము రాజు కాఁడా? హిందూమతస్థులమని మేము పిలుచు

కోరుచున్నంతమాత్రమునఁ బ్రతిఘటింపక మానవలెనా? హిందూసంఘ శరీరమునందొక యవయవము క్రుశించుచుండ నెట్లు తేజోవంతముగా నుండును? ఇది మాత్రము ప్రభువులకుఁ గీర్తిదాయకమా? మీరాజ్యమున జన్మించుటచేతనా మాకీపాట్లు?

శ్రీ:— సన్యాసిమహేంద్రా! తపశ్శాలి మాగురుఁడు. మీ యిష్టమువచ్చినట్లు తపస్స్వాధ్యాయముల సల్పుఁడు. మీరు నిశ్చయముగా నీశ్వర ధ్యానము సల్పుకొనవచ్చును. కాని వేదములు దుర్వ్యాఖ్య సమ్మతించునా?

శం:— దేవా! మీరే యుచితజ్ఞుఁడు, సత్యమును గనుఁగొనుఁడు. వేదములు హిందువులకెల్లఁ దరతరాలపాయములుగ నేర్పడినవి. కాని క్షమింపుఁడు, పొరబడితిరి, మానవకోటికెల్లఁ గలుగు దైవోపాయములు. వేదచతుష్టయకరితమైన జ్ఞాన తేజమును గ్రహించిన వారు, గ్రహింపనిష్టపడినవారు హిందువులనఁ బడుచుండిరి. హిందువులయ్యు నాలాభమును బొందఁజాలనివారు మీవంటివాళ్లు, కాని మేమెట్లు వేదములను బొందఁజాలమో! మఱి భగవద్ధ్యానముఁ జల్పుకొనఁగూడదో దేవరవారే యోజింతురు గాక.

శ్రీ:— మునీంద్రా! మీమాటలు గ్రాహ్యంబుగఁ గన్పట్టుచున్నవి. మా శాస్త్రవేత్తలెల్ల సమానములగు వాక్యము లిచ్చి, కులపాత్ర రహితముగ వ్యాఖ్యలులు మాకు నిర్ధ్యక్తధర్మము. కాని మరల నిశ్చితమునకు వత్తుము, మేముబోయివత్తుము.

శం:— (ఆనందపరవశుఁడై, భక్తిపురస్సరంబుగా) దేవర సంతోషపూర్వ

కటాక్షమునఁ బవిత్రుఁజేసితి. ఆర్తులపాలిటి దైవతముఁగదా భూనాథుడు, మీయీమహాత్మ్యముచే ద్రావిడలోకమెల్ల నాచంద్రార్కము కృతజ్ఞమైయుండును.

శం:—మేలు మీరాజభక్తిచే మేము సంప్రీతులమయితిమి.

(నిష్క్రమింతురు.)

(గుట్టముపై నానుకొన్న శ్రీరామచంద్రుఁడును, వసిష్ఠుఁడును)

వ:—శ్రీరామచంద్రా! కార్యపర్యవసానమునుఁ దెలిసికొనుటకునై యీకడకరుదెంచితిని, ద్రోహిని శిక్షించితివికదా!

శ్రీ:—ద్రోహుల శిక్షాపాత్రులఁ జేయుటకు నయోధ్యాపట్టణాధీశులం దెవ్వరును జంకువారుకారు.

వ:—తరతరంబులనుండి యీసంగతి మఱచుటంగనిదికాదు. అందుచేతనే యిక్ష్వాకువంశపౌరోహిత్యమునందు సుస్థిరులమయి యున్నారము. గుర్వాజ్ఞను దలపూనట్టులమన్నింపని ఛాత్రులున్ననకుఁ బాత్రులుగారు. గుర్వాజ్ఞను బ్రశ్నింపకుండ నొనర్చుట శిష్యధర్మము. ఈగురుశిష్యధర్మమిప్పటిదియా? సృష్ట్యాదినుండి పరంపరానుగతికముగునది. ఇన్నిటికిని మఱచితి. శంబుకుని శిష్యుల నందఱి నెక్కడికంపితివి? వారలకుఁగూడ నల్పశిక్షయయిన విధింపవలసినదియే.

శ్రీ:—ఇచ్చటనే యీ చిదానందాశ్రమములోనే యున్నారు.

వ:—ఎక్కడను జిన నేమిగాని కట్టుదిట్టములుచేసితివికదా? కమ్మలుగానక నిర్దిష్టపడి వర్ణాశ్రమాచారముల దిగద్రొక్కి చెలరేగిన గురువునకుఁ బట్టినగతియేపట్టునని ఖండితముగాఁ జెప్పితివా? ఈఘురా

లోచనములఁ బుట్టినప్పుడే ప్రస్ఫుటమగుచుండెడి.

శ్రీ:—రఘువరా! శంబుకసంయమికిఁ గలిగినగతియనిన నీయభిప్రాయము?

వ:—అగును (ఆశ్చర్యముతో) నీవు కూడ సంయమియనుచున్నాఁడవే!

శ్రీ:—ఇంద్రియ సంయమముఁ గావించినవాఁడు సంయమి కాఁడో, దీని కేమిగాని శంబుకసంయమికి సంభవించిన దుర్గతియేమి?

వ:—రఘురామా! నన్నెక్కసక్కెముఁ జేయుచున్నావా? ఇప్పుడు శిక్షించితినని చెప్పితివే?

శ్రీ:—దేశికేంద్రా! క్షమింపుఁడు, మేమట్లు చెప్పలేదు.

వ:—ద్రోహుల శిక్షాపాత్రులఁ జేయునట్లు సయోధ్యాపట్టణాధీశులం దెవ్వరును జంకువారు కారన్న మాట నీవనినది కాదా?

శ్రీ:—అగును, మేమనిన వాక్యమే.

వ:—అట్లయిన శంబుకుని శిక్షింపలేదనుచున్నావే?

శ్రీ:—శంబుకసంయమిని శిక్షించుటకుఁ బూర్వము ద్రోహియని స్థిరపడవలయునుగదా!

వ:—మనవాదమంతయు "ఘట్టకుటీప్రభాతన్యాయము" యినది. స్మృతులేమి చెప్పుచున్నవో వినిపింపలేదా? స్మృతివాక్యములను బాటించుటకన్నను రాజధర్మమేమి కలదు? హిందూమతమునకు స్మృతులు మూలాధారములు. అస్మృతివాక్యముల ననుష్ఠేయములుగాఁ జేయుట రాజధర్మము. స్మృతులు ద్విజేతరులకు జపస్స్వాధ్యాయనములను నిషేధించుచున్నవి. వానిని బాటింపక శంబుకుఁడు మతద్రోహముఁ జేయుచున్నాఁడు. నీవు వానిను పేక్షఁ జేయుచు రాజ

ధర్మమును నోకమూలకుఁ ద్రోయఁజూచుచున్నావు. అయోధ్యాధీశు లెవ్వరిట్టిపనులకొడిఁగట్టలేదు.

శ్రీ:— మీవాక్యములు సత్యమునే ప్రకటించుచున్నవి. మీరు శంబుక సంయమిని మతద్రోహిగా ఋజువుచేయఁగలిగితిరో నిష్కరుణుల మై వానిని శిక్షాపాత్రునిఁజేసెదము. మేమింతదనుకను శంబుక సంయమితోఁ బ్రసంగించితిమికాని వానివాక్యము లాదరణీయము లుగఁ గన్పట్టుటచే మేమే యాయధికారమిచ్చివచ్చితిమి. నిరప రాధుఁడుగఁ గన్పట్టు శంబుకునిదునుమాడి పాపమునఁ బోవనొల్లము. రాజులు సర్వప్రజానురంజకులై నేల నేలఁదగువారుగాని కొందఱి యుపదేశములనమ్మి యపరాధరహితులను బాధపఱచుటకుఁ దగు వారుకారు.

వ:— (కుపితుఁడై కమండులువునేలంబెట్టికొట్టి) గుప్తతిరస్కారమునకుఁ గడంగుచున్నావు. బ్రాహ్మణులిట్టి తిరస్కారము సహింపనొల్లరు. బ్రాహ్మణులశక్తిఁ బరీక్షింపవలయునని తోఁచెగాఁబోలు. అట్ల యిన వినుము. రేఁగిన కార్చిచ్చువలె సర్వలోకములను దగ్ధపట లముఁజేయఁజాలును.

శ్రీ:— దేవా ! యిదిమేఱుంగనిది కాదు. పరశురాముని మేమెఱుంగ మనుకొంటిరా ? ఎందులకయిన నోర్తుముగాని మేమువిశ్వసింపని కార్యములఁ జేయనొల్లము. ఇయ్యదిక్షత్రధర్మము. ఇదియిట్లుండ మేమరణ్యమునఁ గ్రుమ్మరునప్పుడు గుహుఁడుచేసిన సాయ్యమును మఱవుమందురా ? శబరికనుంబఱచిన యవ్యాజభక్తిని విస్మరింపు మందురా ? ఈయలంతుల మాటయేల ? హనుమదాదులుచేఁ దోడువాఁదోడుగాకున్న వారధిఁగట్టఁగల్గుదుమా ? రావణసంహా

రము, జేయఁగల్గుదుమా? ఆర్యులమైన మనమనార్యులపాటి కృతజ్ఞులమై యుండఁదగదా? రాజనీతిమాటయటుంచి తోడ్పడినవారికిఁ బ్రతిఫలముఁజూపుట మానవసామాన్యమగు నీతికాదా?

వ:—శ్రీరామచంద్రా! నీవాముష్మికముమాటఁ దలపెట్టక నైహికంబాలోచింపుము. వీరందఱికి సమానస్వత్వమొసంగిన మాపాట్లేమగును? తరతరములనుండి బ్రాహ్మణ క్షత్రియ జాతులు రెండును మిథస్సాహాయ్యంబున వర్తించుటయెఱుంగవో? లేకున్న మీ రాజ్యమును, మాకులగౌరవంబును జిరకాలమున్నాఁడే పేరులేకుండెడివి. కావున నట్టియుపద్రవమును దప్పించుటకే యింత తఱచి తఱచి చెప్పుచుంటిమి.

శ్రీ:—(చుఱుకుచూపులతో) దేశికేంద్రా! బ్రాహ్మణసాహాయ్యంబు వలననే రాజులు రాజ్యమేలిరనియా మీయభిప్రాయము?

వ:—(అత్రముతో) కాదు, కాదు; క్షత్రియులు కత్తితోఁదీర్పఁదగిన పనిని బ్రాహ్మణులు మాటలతోడనేతీర్చి రాజులయలజడిని బాపిరని నాయభిప్రాయము.

శ్రీ:—చిత్తము; మంచిమాటయే.

వ:—కావున నీరెండుజాతులు పరస్పర సౌభ్రాత్రమువనే సౌభాగ్యమును, గౌరవమును నందియుండఁగలవు. దీనికి వ్యతిరేకమయినచో నంతఃకలహములచే దినదినము సంక్షీణభావమందఁగలవు. ఇది నిస్సంశయము.

శ్రీ:—ఒకజాతి సౌభాగ్యమునకయి మఱియొకజాతిని సర్వకాలసర్వావస్థలయందు బానిసతనమునందుంచి మూర్ఖులనుజేయుట రాజ

నీతియగునా? రాజధర్మము ప్రజలను నిష్పాక్షికమయిన బుద్ధితో పరిపాలించుట కాదా?

వ:— శ్రీరామచంద్రా! ఇందొక్క జాతిస్వత్వమును హరించి బానిసలుగా నుంచుట యేమున్నది. వీరు మీపూర్వులతో నటునటు కట్టుకొని పోరి తమహక్కులను గోల్పోయిరి. పరాభూతులయిన శత్రువులు లోబడిరని చెప్పి స్వత్వసామాన్యము నొసంగుట రాజనీతి విరుద్ధము కాదా?

శ్రీ:— మహాత్మా! శరణాగతరక్షణ బిరుదంబుఁ దాల్చిన మాకు మీవాక్యములు బోధపడవు. మీయుపదేశప్రకారము మేమాచరించిన భగవద్భక్తాగ్రణులు మమ్మేవిధంగా భావింతురు?

వ:— మహాపురుషుఁడవనియు, రాజదేవేంద్రుఁడవనియు, భగవదవతారమనియు భావింతురు.

శ్రీ:— ఇది యెట్లు తటస్థించును?

వ:— ఇది యెట్లు తటస్థించునని సంశయచిత్తుఁడవైతివా? వినుము చెప్పెదము. ఇంతటి నిష్పాక్షిణ్యముతో రాజధర్మమును నెవ్వరు నిర్వర్తింపఁగల్గిరి? ఇంతటిధర్మబుద్ధితో స్మార్తధర్మము నెవ్వరు పరిపాలింపఁగల్గిరి? నీవిట్టి ధర్మనిర్వహణముఁ జేయుచో ఋషులేల నిన్ను భగవదవతారముగాఁ గొనియాడరు? వర్ణాశ్రమాచార పరాయణశీలుఁడయిన రాజు నిమిత్తమాత్రుఁడై వర్ణసాంకర్యముఁ గల్గఁ జేయువారల శిక్షించునని స్మృతులు చెప్పుటలేదా? లెమ్ము.

శ్రీ:— మీరెంత చెప్పినను శంబుకునివధకు మనసుపోకున్నది. ఇతఁడు నిరపరాధియని మావిశ్వాసము.

వ:—అపరాధియైననేమి? నిరపరాధియైననేమి? శాస్త్రసమ్మతమైన నేమి! గర్హితమయిననేమి? ఒక్కనిమరణముచే రెండుకులములు సిరిసంపన్నంబు లగునప్పుడు, తానురతంబు పరక్రియా వృద్ధి నందునప్పుడు వెనుకంజవేయకుము. ఆత్మరక్షణ మెల్లజీవులకు నవశ్యకర్తవ్యము.

శ్రీ:—పాపముఁజేసి మనుటకన్నఁ బరోపకారమాచరించి, మరణించి యశఃకాయుఁడగుట యుక్తముకాదో?

వ:—అందుచేతనే నిన్నీకార్యమునకుఁ బురికొల్పుట. లేకున్న ధర్మసూక్ష్మవేదులమయిన మేమిట్టిపనికిఁ బూనుకొందుమా? ఒకనిని జంపి జాతిద్వయమును సముద్ధరించుట పరోపకారము కాదా? లెమ్ము. కార్యోన్ముఖుఁడవుకమ్ము. ఆలసింపకుము.

శ్రీ:—(తనలో) కొంతవఱకు సందియము దీరినది. ఇది న్యాయముగాకున్న నీమహనీయుఁ డింతపట్టుదలతో నేల చెప్పును? (ప్రకాశముగా) గురువరా! ధర్మాధర్మ విచారణభారము గురుభుజస్కంధమున నుండును. గురూపదేశబు వ్యపగతకల్మషంబుగాన శంబుకుని బరలోకప్రాప్తిఁ జేసెదము. మేమిదే పోవుచుంటిమి, సెలవిప్పింపుఁడు. (పోఁబోవును, పాదుత్రవిఁ నీళ్లఁ బోయుచున్న బ్రహ్మచారి వాక్యములాలించి కన్నీటిచే డగ్గుత్తికపడినస్వరముతో శ్రీరామచంద్రునికడ్డపడి)

బ్ర:—మహాప్రభూ! మాబాబయ్యగారిని జంపెదరా? వలదు. వలదు. మమ్ములనందఱిని దిక్కులేనిపక్షులను జేసెదరా? ఇంతకుమున్న నేఁగోరినవస్తువు నిచ్చెదనంటిరి. మాబాబయ్యగారి ప్రాణము నాకిండు, మాబాబయ్యగారిష్టపడినను బడకున్నను నేను మీ

రిచ్చుదానమును గ్రహింతును. (ఏమిచెప్పుటకుం దోంచక శ్రీరామచంద్రుఁడు దిగాలున నిలువంబడియుండ వసిష్ఠుఁ డక్కసుఁ గ్రక్కుచున్న చూపులతోఁ బిల్లవానిఁ జేయిపట్టుకొని లాగి) వ॥ మిమ్మాదరించుటకు మేముంటిమిలెమ్ము. ఇటురమ్ము. (శ్రీరామచంద్రునితోఁ) పిల్లవానిమాటలతోఁ జేమిగాని నీకార్యచరణము నకుఁబొమ్ము

శ్రీ:— దేశికేంద్రా! అబ్బమును బమెఱుంగని కసుగందు. ఏమియుం జేయకుఁడు.

వ:— మాందిమాత్రము కన్నకడుపు కాదా? (శ్రీరామచంద్రుఁడు నిష్క్రమించును)

బ్ర:— (కంటినీరు కంటఁ గ్రుక్కుకొని) అయ్యా! మీకు లేకేమి; మా తాతలనాఁటినుండియు సంపూర్ణకటాక్షముతోఁ జూచుచునే యున్నారు కదా.

వ:— లంకను బుట్టినవారందఱు రాక్షసులే. క్రొత్తలేమియుండును

బ్ర:— మీరు చెప్పినదిమాత్రము నిజము కాదు. లంకలోఁ బుట్టిన విభీషణుఁడు రాక్షసుకాఁడా? (నిష్క్రమణము)

(శ్రీరామచంద్రుఁడు. తపోనిష్ఠనున్న శంబుకుని జేరి కోశముననున్న
ఖడ్గము నుజెఱికి, ఝుళిపించి। మరలనాఁగి. విషాదముతోఁ
గుడిచేయినంకఁ దేఱిపాఱఁ జూచి)

చం॥ కరుణ యొకింత లేక కుల • కాంతను, సాధ్విని, బ్రాహ్మగర్భిణీ
వఱకు నరణ్యభూములకుఁ • బంపఁగఁ జాలినయట్టి నీకు దు
ర్భరమగునే యొకానొకని • ప్రాణము తీసెడుపట్ల మాని జే
ఖరుఁడ కెంగాక, జాలియొటు • కల్గును? దక్షిణబాహుదండమా!

(మరల నుత్సాహముతో ఖడ్గమెత్తి)

www.ingramcontent.com/pod-product-compliance
Lightning Source LLC
LaVergne TN
LVHW020733230825
819277LV00053B/571